கேசவமூர்த்தி ராஜகோபாலனின்

தேர்ந்தெடுக்கப்பட்ட

சிறுகதைகள்

கேசவமூர்த்தி ராஜகோபாலன்

INDIA · SINGAPORE · MALAYSIA

Copyright © Kesavamurthy Rajagopalan 2023
All Rights Reserved.

ISBN 979-8-88883-600-2

This book has been published with all efforts taken to make the material error-free after the consent of the author. However, the author and the publisher do not assume and hereby disclaim any liability to any party for any loss, damage, or disruption caused by errors or omissions, whether such errors or omissions result from negligence, accident, or any other cause.

While every effort has been made to avoid any mistake or omission, this publication is being sold on the condition and understanding that neither the author nor the publishers or printers would be liable in any manner to any person by reason of any mistake or omission in this publication or for any action taken or omitted to be taken or advice rendered or accepted on the basis of this work. For any defect in printing or binding the publishers will be liable only to replace the defective copy by another copy of this work then available.

நூலுக்கு உள்ளே நுழையும் முன் உங்களுடன் சில வார்த்தைகள்...

ஒவ்வொரு மனிதரும் பல ரசனையின் கலவையாகவே இருக்கிறார்கள். எழுத்தாளர்கள் என்பவர்களும் அவர்களின் ஒரு பகுதி என்பதால் அவர்கள் சிந்தனையும் மக்களின் பலதரப்பட்ட ரசனைகளின் கலவையாகவே இருக்கிறது.

அதனால் தான் கணையாழியில் இலக்கியம் எழுதிய சுஜாதா, குமுதத்தில் கொலையாளியை தேடி கணேஷை விரட்டிக் கொண்டு இருந்தார்.கிரைம் கதைகளில் துப்பறிந்து கொண்டு இருந்த புஷ்பா தங்கதுரை, ஆன்மீக தொடர்

"திருவரங்கன் உலா" போன்றவை எழுத

"ஸ்ரீ வேணுகோபாலன்" என்று பெயர் மாறி உலா வந்தார்.

கதைகளின் களங்கள் சமூகம் சார்ந்ததாக, அவற்றில் நடைபெறும் குற்றம் குறித்ததாக, வரலாறு சார்ந்ததாக, தேசநலன் சார்ந்ததாக, குழந்தைகள் மனதைப் பிரதிபலிப்பதாக பலவாக உள்ளன..

பொதுவாக ஒரு புத்தகம் ஏதேனும் ஒரு தளத்தை, உதாரணமாக சமூகக் கதைகள் அல்லது தேசபக்தி கதைகள் அல்லது குழந்தை கதைகள் என்று தான் வெளிவருகிறதே தவிர அவற்றை கலந்ததாக வெளி வருவது இல்லை.. படிப்பவர்களை இவர்கள் சமூகம் சார்ந்த எழுத்துக்களை வாசிப்பவர்கள், இவர்கள் கிரைம் கதை நேசிப்பவர்கள் என்று எழுத்தாளர்களும் பதிப்பாளர்களும் வகைப்படுத்தி விடுவதாகவே தோன்றுகிறது.

ஆனால், ஒவ்வொரு மனிதனும் ரசனையின் கலவையாகவே இருக்கும் காரணத்தால், இத் தொகுப்பில் அனைத்து விதமான கதைக் கரு கொண்ட கதைகளையும்

இணைத்து உள்ளேன்.

இதில் உள்ள கதைகள் குறித்து முன்னுரையில் நான் எதுவும் கூறப் போவதில்லை.ஆனால், கண்டிப்பாக படிக்கும் போது

நீங்கள் எதிர்பாராத பல கோணங்களில் கதைகள் கையாளப்பட்டு இருப்பதை உணரவே செய்வீர்கள் என்று நம்புகிறேன்.

ரசிக்க, ருசிக்க, சிந்திக்க என்று இது ஒரு வித்தியாசமான சிறுகதைத் தொகுப்பு என்பதை மட்டும் நான் உறுதி கூறுகிறேன்.

இத்தொகுப்பு வெளிவர எனக்கு பேருதவியாக இருந்த மகள் நிவேதிதாவுக்கு நன்றி.வழக்கம் போல் என் எழுத்தை ஊக்கப்படுத்தும் என் மனைவி சுஜாதா, மகன் சண்முக பிரியன், சகோதரர்கள் செல்வராஜ், பாஸ்கரன் ஆகியோருக்கு நன்றி..

புத்தகத்தை சிறப்பாக வடிவமைத்து உலகெங்கும் கொண்டு செல்ல உறுதுணையாக இருக்கும் நோஷன் பிரஸ் பதிப்பகத்தைச் சேர்ந்த அனைவருக்கும் நெஞ்சார்ந்த நன்றி...

அன்புடன்,

கேசவமூர்த்தி ராஜகோபாலன்.

குமாரபாளையம்

24.11.2022.

Ph : 8508030339

பொருளடக்கம்

சமூகம்

1. ஆம்பள.. 9
2. மனித மெழுகுவர்த்திகள்........................... 14
3. மனிதர்கள்.... 19
4. சாக்லேட்.... 24
5. உறவுகள் உணர்வுகள்.. 26
6. அப்பா... 32
7. நேரான சாய்கோடுகள்! 36
8. உணர்வுகள்... 41
9. ஒரு படத்தின் கதை............................. 48
10. சூழல்.. 55
11. விழிகள் சொல்லும் கதைகள்................. 62
12. ஞானம் பெற்ற கதை............................ 68
13. காற்றுப்புகா வெளியினிலும்................. 73
14. அல்ஜீமர்... 85
15. கொள்ளி..... 92
16. வெள்ளை உள்ளம்............................. 98
17. பாசம்... 104
18. கோடி சேலை............................... 110
19. லிவிங் டுகெதர்......................... 115

20. இரு துருவங்கள்.....................................127

21. காதல் மாறாது.....................................130

22. புரிந்தால் சுகமே..................................135

க்ரைம்

1. திட்டம் இட்டு கொல்!..............................143

2. கொலை தூரப் பயணம்..........................151

3. துரோகம்...154

4. 'கொலு' கொலையா முந்திரிக்கா.............159

5. சூது கவ்வும்..(?)................................162

6. பெண்களை நம்பாதே!..........................169

7. செவ்வாயன் 1...................................174

8. மனம் ஒரு மந்திர சாவி (?)...................181

9. எப்படி இப்படி?".................................191

தேசம்

1. சுதந்திரம்!..201

2. குயிலி!-- குயில் அல்ல........................209

3. நிற்காதே! தயங்காதே!..........................216

4. விடுதலை-- என் பெயர்........................219

5. ஜெய்ஹிந்த்.......................................228

6. மனதுக்குள் மறையாத மாவீரர்கள்!........234

7. நேதாஜி என்னும் மாவீரர்!....................242

சமூகம்

ஆம்பள...

கவிதா ஆபிஸில் சேர்ந்த சில நாட்களிலேயே தெரிந்து கொண்டாள் மேனேஜர் மிகவும் கண்டிஷன் ஆனவர்-- வேலை செய்யாமல் ஏமாற்றுபவர்களை லெஃப்ட் ரைட் வாங்க தயங்காதவர் என்று.

பொதுவாகவே இது போன்ற ஆஃபீஸ்களில் அதிகாரிகளை நிக் நேம் வைத்து கிண்டல் செய்வது வழக்கம் தான்...

மேனேஜரை எல்லோரும் "ஆம்பள" என்றே நமுட்டுச் சிரிப்புடன் கிண்டல் செய்வதை கவனித்தாள் கவிதா.

மதியம் சாப்பிடும் போது பக்கத்து டேபிள் பரிமளா அக்காவிடம் மெல்ல கேட்டாள்..

"ஏங்கா...நம்ம மேனேஜரை எல்லோரும் 'ஆம்பிள வருது'ன்னு சொல்லி கிண்டல் பண்றாங்க?"

"ஓ..அது உனக்கு தெரியாதா? நம்ம மேனேஜர் பெரிய வீரனாட்டம் நம்ம கிட்ட கெத்து காட்டுனாலும் அந்த விஷயத்தில் வெத்து வேட்டாம்... அதனால்தான் கல்யாணம் ஆகி 25 வருஷம் ஆகியும் ஒரு குழந்தை கிடையாதாம்... பொட்டையாம்.. அதைத்தான் மறைமுகமா 'ஆம்பிள'ன்னு... நம்மள இப்படி கஷ்டப்படுத்தற பாவம் தான் அந்த ஆளுக்கு குழந்தை இல்லைன்னு நினைக்கிறேன்"...

கவிதா "என்ன தான் இருந்தாலும் இப்படி சொல்றது சரியில்லை அக்கா" என்று சொல்ல நினைத்து அமைதி காத்தாள்.

ৰঞ্চ

கவிதாவுக்கு ஒரே ஒரு உறவு என்று சொல்லி கொள்ளும் வகையில் இருந்த பெரியம்மா மரணச் செய்தி சரியாக ஞாயிறு மாலை தான் போனில் வந்தது.

ஊருக்கு போனால் வர 4 நாட்களாவது ஆகும்.

லீவு சொல்லாமல் போனால் மேனேஜர் திட்டுவார்.. ஃபோனில் சொன்னால் கூட 'இதுக்கு 4 நாளா?' என்று கேட்கலாம்.

எப்படியும் இரவு தான் பஸ்.. அருகில் தான் மேனேஜர் வீடு.. நேரில் போய் லீவு சொல்லி விட்டு போவது பரவாயில்லை என்று பட்டது.

காலிங் பெல்லை அழுத்த...மேனேஜரே கதவைத் திறந்தார்.லுங்கி கட்டி மேலே வெள்ளை கை வைத்த பனியன் போட்டு இருந்தார்.

"வாம்மா" என்று அழைக்க, உள்ளே செல்ல உட்காரச் சொல்ல, ஷோபாவில் அமர்ந்தாள்.

"ஒரு நிமிஷம்" என்று உள்ளே போனார்.

கவிதா ஹாலை ஒரு 360 டிகிரி பார்த்தாள்.

"தண்ணீர் குடிம்மா"

குடித்தாள்.

"என்ன விஷயம்மா?"

"ஸார்... எங்கள் பெரியம்மா இறந்துட்டாங்க. கன்னியாகுமரிக்கு போகணும்..4 நாள் லீவு வேணும்."

"இதுக்கு எதுக்கும் மா 4 நாள் லீவு?"

ஒரு கணம் தயங்கினாள்.

"ஸார்.. சின்ன வயசுல இருந்தே எனக்கு அம்மா அப்பா கிடையாது.. எனக்கு இருந்த ஒரே சொந்தம் இந்த பெரியம்மா தான்..ஏதோ அப்பா பணம் இருந்ததாலே எப்படியோ படிச்சு வேலைக்கு வந்துட்டேன்.இனிமே யாரும் இல்லாத..."

வார்த்தைகள் தொண்டையில் இருந்து வெளி வர முடியாமல்... காற்று மட்டுமே வந்தது.விழிகளில் லேசாக கண்ணீர் எட்டிப் பார்த்தது.

"கவலைப்படாதேம்மா.இந்த உலகத்தில யாரும் அனாதை இல்லை" என்றவாறே

"அமுதா" என்று குரல் கொடுக்க, அவர் மனைவி அமுதா" என்னங்க"என்றவாறே சமையல் அறையில் இருந்து வெளியே வர, உடன் ஒரு 10 வயது மதிக்கத்தக்க சிறுமி வந்தாள்.

"எங்க ஆபீஸ் புது ஸ்டாஃப் கவிதா. உள்ளே கூட்டிட்டு போய் காபி கொடுத்து கொஞ்சம் பேசிட்டு இரு.பஸ்ஸுக்கு டைம் இருக்கு இல்லை?"

"ராத்திரி 10 மணிக்கு தான் ஸார்"

காபி குடிக்கும் போது தான் கவிதாவுக்கு மேனேஜருக்கு குழந்தை இல்லை என்று பரிமளா அக்கா சொன்னது ஞாபகம் வந்தது.

"சிறுமிக்கு 10 வயது இருக்கும் போல தெரிகிறதே.. எப்படி ஆபிஸில் இருப்பவர்களுக்கு தெரியாமல் இருக்கும்?" நெஞ்சுக்குள் கேள்வி எழ, அதன் பின்னர் தான் அந்த சிறுமியை நன்கு பார்க்க, ஒரு கணம் அதிர்ந்தாள்.

"வர்றங்கம்மா..பை குட்டி"

சொல்லிவிட்டு ஹாலுக்கு வந்தாள்.

"ஸார்.. கிளம்பறேன்"

"சரிம்மா.. வெள்ளிக்கிழமை சரியா டியூட்டிக்கு வந்துடணும்"

"சரிங்க சார்" என்றவாறே ஒரு எட்டு வைத்தவள் தயங்கியவாறே,

"ஸார்.கேட்டா தப்பா நினைச்சுக்காதீங்க.

உங்க பொண்ணு பிறந்ததுல இருந்தே இப்படித்தானா?"

"அப்படித்தான்னு நினைக்கிறேன்..

ஏன்னா அது நாங்கள் தத்து எடுத்து வளர்க்கிற குழந்தை.

எங்களுக்கு குழந்தை பிறக்காததாலே இந்த குழந்தையை ஆறு மாசத்துக்கு முன்னாடி தான் தத்து எடுத்தோம்"

"ஸார்.. தங்களோட வம்சம் தொடரணும் இந்த பூமியில்னு தானே இங்கே குழந்தை இல்லாத எல்லோரும் தத்து எடுக்கிறாங்க.நீங்க தத்து எடுத்து வளர்க்கிற இந்த குழந்தையால் வம்சம் தொடர வழியில்லையே?"

மெல்ல சிரித்தார்.

"குழந்தை இல்லைங்கற சின்ன குறைக்கே நமக்கு எத்தனை வேதனை?.. ஆனால் ஆண் பெண் ங்கற பாலினம் இல்லாம மூன்றாவது பாலினமா, பிறந்த இந்த மாதிரி குழந்தைகளோட வேதனையோட கம்பேர் பண்ணி பார்த்தா, நம்ம கஷ்டம் எல்லாம் ஒன்னுமே இல்லை.இந்த பொண்ணோட அப்பா

இவ வீட்டுல இருக்கிறது அவமானமா இருக்கு, மத்த குழந்தைகள் வாழ்க்கை பாதிக்குதுன்னு சொல்லி, ஸ்கூல் விட்டு நிறுத்தி எங்கியோ தூர ஊருக்கு அனுப்பற ஐடியால இருக்கறதா ஸ்கூல் பிரின்சிபால் ஆக இருக்கற என் பிரெண்ட் சொன்னான்.

நானும் குழந்தை தத்து எடுக்கற ஐடியால தான் இருந்தேன்.எனக்கு என் வம்சம் தொடரணுங்கறதுல எல்லாம் ஆர்வம் இல்லை.வாழற முடிய நேர்மையா இருக்கணும். முடிஞ்ச அளவு பிறருக்கு உதவியா இருக்கணும்.அதுக்கு மேல எல்லாம் ஆண்டவன் விருப்பம்.. தத்து எடுத்து கிட்டு வந்த நாலு நாள் சொந்தம் அக்கம் பக்கம் ஏதோ பேசுனாங்க.. நல்லதை செய்ய முடிவு பண்ணிட்டா மத்தை பத்தி கவலைப்படக் கூடாது.தட்ஸ் ஆல்.இன்னும் கொஞ்ச நாளில் கீதா எங்கள் தத்து பொண்ணுங்கறது எங்களுக்கே மறந்துடும்".

"ஸார்.. ஒரு சின்ன ரிக்வெஸ்ட்"

"சொல்லும்மா"

"நான் உங்களை அப்பான்னு ஒரு தடவை கூப்பிட்டுகிடட்டுமா?"

"வித் ப்ளஷர்.. என் மகளாவே வந்தால் கூட..ஆனால் அதுக்காக ஆபிஸில் அட்வான்டேஜ் எடுத்துக்க கூடாது" என்று சிரித்தார்.

"அப்பா" என்று மெல்ல அழைத்தாள்..

"வர்றேம்பா"

"ஜாக்கிரதையா போயிட்டு வாம்மா"

வீட்டை விட்டு வெளியே வந்தாள் கவிதா.

பெரியம்மா மரணம் ஒரு புறம் நெஞ்சை அழுத்தினாலும் அதையும் தாண்டி இதயம் சற்றே லேசாக இருப்பது போல் பட்டது.

"4 பெத்தவங்க எல்லாம் ஆம்பள இல்லை.. உங்களை மாதிரி நபர்கள் தான் உண்மையான ஆம்பளைங்க அப்பா" என்று எண்ணியவாறே நடந்தாள்

மனித மெழுகுவர்த்திகள்..

எனக்கு பொதுவாக தங்கள் பெற்றோர், குடும்பம் இவற்றை சரியாக கவனித்துக் கொள்வதை விட, சமூக அநீதியை எதிர்த்து போராடுகிறேன் என்று அலைபவர்கள் மீது நல்ல அபிப்பிராயம் எதுவும் கிடையாது.

ஆனாலும், அதற்காக கண்ணெதிரே அப்படிப்பட்ட ஒரு நபர் குத்துப்பட்டு உயிருக்கு போராடிக் கொண்டு இருப்பதைப் பார்த்து விட்டு, உதவி செய்யாமல் கண்டும் காணாமல் போகும் அளவு கல் நெஞ்சக்காரனோ, அவர்கள் மீது வெறுப்பு கொண்டவனோ அல்ல.

அப்படித்தான், நான் கம்பெனி வேலையாக மதுரைக்கு போய் விட்டு திரும்பி வரும் போது, ஊருக்கு அருகில், நடு இரவில் எங்கள் தெருக் கோடியில் உள்ள அது போன்ற ஒரு பையன் பெயர் கூட ஜீவா,

என்று நினைக்கிறேன்--குற்றுயிரும் குலை உயிருமாக வீழ்ந்து கிடப்பதைப் பார்த்தேன்.

டிரைவரை காரை நிறுத்தச் சொல்ல, இருவரும் இறங்கினோம்.அந்த பையன் ஜீவா சுருண்டு கிடந்தான். உடலில் பல இடங்களில் ரத்தம் வழிந்து கொண்டிருந்தது. கத்தியால் சரமாரியாக குத்தி இருப்பது புரிந்தது.உயிர் இருப்பது தெரிந்தது.

காரில் ஏற்றி செல்வதை விட, ஆம்புலன்ஸ் பெட்டர் என்று பட்டது.அரசு மருத்துவமனை 18கிமீ க்கு குறையாமல் இருக்கும்.

108க்கு அழைக்க, ஹை வேஸில் இருந்த ஆம்புலன்ஸ் ஐந்தே நிமிடத்தில் வந்து சேர, ஆம்புலன்ஸ் டிரைவர் இடம் விவரம் கூற, சில நிமிடங்களில் அந்த பையன் ஜீவா ஆம்புலன்ஸில் ஏற்றப்பட்டு, ஆக்சிஜன் இணைப்பு தரப்பட்டது.

நான் ஆம்புலன்ஸில் இருந்து இறங்கலாம் என்று நினைத்து திரும்ப, "ஸார்."என்ற குரலுக்கு திரும்பினேன்.

"எனக்கு ஒரு உதவி பண்றீங்களா?"

"சொல்லுப்பா" என்றேன்.

"பேண்ட் பாக்கெட்டில் கவர் ஒன்னு இருக்கும்.எடுங்க சார்" என்றான்.

காயத்தில் கை படக் கூடாது என்று சிரத்தையுடன் எடுக்க நினைத்தும் முடியவில்லை.வலி அவன் முகம் போன போக்கில் தெரிந்தது.

எடுத்தேன்.

"சார்.கவரில் அட்ரஸ், போன் நெம்பர் இருக்கு.கவர்ல காலேஜ் டிடி இருக்கு.

அந்த நெம்பருக்கு கூப்பிட்டு சொன்னீங்கன்னா வந்து வாங்கிக்குவாங்க.நாளைக்கு தான் காலேஜ் ஃபீஸ் கட்ட கடைசி நாள்.தெரிஞ்ச லயன்ஸ் கிளப்ல பேசி வாங்கினேன். பாவம் ஏழைக் குடும்பம்"

பேச பேச மூச்சுத் திணறினான்.

"கவலைப்படாதே.. நான் காலையில் கண்டிப்பா சேத்துடறேன்" என்று சொல்லி கீழே இறங்கலாம் என்று...

அதற்குள் ஆம்புலன்ஸ் டிரைவர் கதவை சாத்தி விட்டு வேகமாக போய் வண்டியை ஸ்டார்ட் செய்ய, நான் டிரைவரை மொபைலில் அழைத்து ஆம்புலன்ஸைத் தொடர்ந்து காரைக் கொண்டு வர சொல்லி விட்டு.. என் பார்வை மீண்டும் அந்த பையன் மீது விழுந்தது.

26, 27 வயது இருக்கும்.. ஏறக்குறைய என் மகன் ரமேஷ் போல இருந்தான்.ஏனோ லேசாக இரக்கம் வந்தது மனசில்.

தந்தை பாசமோ என்று நினைத்து கொண்டேன்.

"யார் தம்பி இப்படி?"

"நம்ம ஏரி ரொம்புனா தண்ணி வர்ற பொறம்போக்கு தடத்தை சைட் போட்டு வித்துட்டு இருந்தாங்க.

அதை எதிர்த்து RDO க்கு புகார் கொடுத்தேன்.கோர்ட்ல கேஸ் போட்டேன்.

அதோட பரிசு தான் இது"

சொல்லி விட்டு சிரித்தான்.

"ஏன் தம்பி உனக்கு இந்த வேண்டாத வேலை எல்லாம்?..."

பையன் மூச்சு திணறினான்.

திக்கி திக்கி பேசினான்..

"ஸார்..தன்னோட பெத்தவங்க, புள்ளைங்க இவங்கள எல்லோரும் பாத்துக்குவாங்க. ஆனா மனிதர்களுக்கு இந்த சமூகத்துக்கு தேவையான ஏரி, குளம், ஆறு, காடு இதை எல்லாம் தங்களதுன்னு எத்தனை பேர் பாத்துக்க தயாரா இருக்காங்க?.தன்னோட வாழ்க்கை, இலட்சியம், முன்னேற்றம்னு இருக்கற எத்தனை பேர் இந்த சமூகமும் நாம காப்பாத்த வேண்டியதுன்னு பொறுப்போட இருக்காங்க?. தங்களுக்காகத் தான் இந்த உலகத்தில எல்லா உயிர்களும் வாழுது.சிந்திக்கத் தெரிஞ்ச மனுஷங்க கூட, தங்களுக்காக சுயநலமா வாழறதுன்னா ஆறாவது அறிவு, மனுஷனுக்கு எதுக்கு ஸார்?"

நான் பதிலைத் தேட...

அவன் இருமல் கூடியது..

அவனை நினைத்து என் கவலை கூடியது.

இவன் வயதை ஒத்த என் மகனின் வேலை, சினிமா, பீச், நண்பர்கள் உடன் சுற்றி வாழ்க்கையை அனுபவிக்கும் நினைவு ஏனோ வந்து போனது.

தொடர்ந்து இருமினான்.

அவன் கையை பிடித்து கொண்டேன்.

"தம்பி.. கொஞ்சம் பேசாதே.. ஹாஸ்பிடல் பக்கம் வந்தாச்சு"

அவன் சிரித்தான்.

"அதை விட பக்கமா என் சாவு வந்துடிச்சின்னு தெரியுது ஸார்"

"நோ நோ.. அப்படி நினைக்காதே.நீ பிழைச்சு இன்னமும் பல காலம் இந்த சமூகத்துக்கு நன்மை செய்வே"

அந்த பையன் சிரித்தான் வெறுமையாக..

"நல்லவேளை.. நீங்க பேசுனதைக் கேட்டு தான் ஞாபகம் வருது.

இன்னொரு உதவி உங்களால... செய்வீங்களா?"

"சொல்லுப்பா.கண்டிப்பா செய்யறேன்".

"நான் தங்கி இருக்கற ரூம்ல..."

"தெரியும் பா.. அந்த லைப்ரரி பக்கத்து வீடுதானே?"

"அதே தான் சார்.

அதுல என்னோட ட்ராவுல ஒரு கவர் இருக்கும்.அதைக் கொண்டு வந்து இங்க ஹாஸ்பிடலில் கொடுத்துடுங்க. ப்ளீஸ்"

"அந்த கவர்ல என்ன இருக்கு தம்பி?"

"நான் செத்துட்டா என்னோட உடலையும் கண்ணையும் பயன்படுத்திக்க சொல்லி நான் எழுதி ரிஜிஸ்டர் செஞ்சி கொடுத்த லெட்டர்.

இறந்த பிறகும் என்னால் முடிஞ்ச சிறு உதவி இந்த சமூகத்துக்கு"

நான் அவனை விக்கித்துப் பார்த்து கொண்டு இருக்க இருக்க சிரித்த முகத்துடன்...

பின் குறிப்பு:

இப்போது எல்லாம் தன் பெற்றோர்கள், குடும்பம் இவற்றை கூட சரியாக கவனிக்காமல் சமூக சேவை என்று அலைபவர்களை பார்த்தால்... இவர்கள் ஓட்டம் நமக்காகத் தான் என்றே படுகிறது.

மனிதர்கள்....

நடராஜ அய்யர் பயந்தது போலவே நடந்தது.. பக்கத்து வீட்டுக்கு குடி வந்தது ஒரு கிறிஸ்தவ குடும்பம்..

நடராஜ அய்யர் பயந்ததற்கு காரணம் 2 ஆண்டுகளுக்கு முன் அந்த வீட்டில் குடியிருந்த ஒரு கிறிஸ்தவ குடும்பத்தினரால் பெற்ற அனுபவமே...

வாரத்துக்கு நான்கு நாட்கள் அவர்கள் வீட்டில் அசைவ உணவு... அவர்கள் எதை சாப்பிடுவது குறித்தும் இவருக்கு ஒரு பிரச்சினையும் கிடையாது தான்..என்ன ஒரு பிரச்சினை என்றால் அவர்கள் வீட்டில் செய்யும் அசைவ உணவு வாசனை மிக எளிதாக இவர் வீட்டிற்குள் நுழைந்து அவரை இம்சிப்பதுதான்...

மெலிதாக ஒரு முறை அந்த நபரிடம் சொன்னதற்கு வந்த பதில்--

"வேணும்னா நீங்க மூக்கை மூடிக்குங்க.."

வேறு வீடு கிடைப்பதற்குள் அந்த நபர் வீட்டை காலி செய்ய, வந்தவரும் சைவ உணவு உண்ணும் குடும்பமே என்பதால் தொடர்ந்தது நடராஜ அய்யரின் இந்த வீட்டு வாழ்க்கை..

நடராஜ அய்யரும் அவர் மனைவி பார்வதியும் மட்டும் இங்கு.. அவர்களின் ஒரே மகன் பாலசுப்பிரமணியம் வடகிழக்கு இந்தியாவில் சூப்பர்வைசர் பணியில் இருப்பதால்,

அந்த பனிச் சூழல் பார்வதியின் ஆஸ்துமா உடம்புக்கு ஒத்துக் கொள்ளாததால், இவர்கள் இங்கே குடித்தனம்..

தற்போது குடி வந்தது

மூன்றுபேர் இருந்த சிறு குடும்பம்.. கணவன், மனைவி, 8 வயதில் ஒரு சிறுவன்.

ஜஐ

மறுநாள் ஞாயிற்றுக்கிழமை காலையில் எழுந்து குளித்து விட்டு அந்த சிறு வீட்டின் சிறு பூஜை அறை முன் நின்று....

மூக்கில் நுழைந்தது அவருக்கு இம்சை தரும் அந்த வாசனை...

"கடவுளே!. ஏன்டாப்பா என்னை சோதிக்கறே?"

ஜன்னலை மூடி விட்டு ஒரு வழியாக பூஜையை முடித்து விட்டு வந்து சேரில் அமர்ந்தார்.

"பார்வதி..நாம திரும்பவும் வீடு தேடி தான் ஆகணும் போல..

இந்த ஸ்மெல் எனக்கு ஒத்துக்க மாட்டேங்குது.."

"சித்தே பொறுங்க..அவாளை பாத்தாலும் நல்ல மனுஷாளாதான் தெரியறா.. நான் பேசிப் பாக்கறேன்".

ஜஐ

"அப்பா... எனக்கு அந்த கடையில பாத்த பெரிய கரடி பொம்மை வேணும்.. ஸ்கூல்ல என் ஃப்ரெண்ட்ஸ் எல்லாம் வச்சிருக்காங்க".

"கொஞ்ச நாள் வெயிட் பண்ணு லாரன்ஸ்.. உனக்கு கிறிஸ்துமஸ் பண்டிகை கிஃப்டா வாங்கி தர்றேன்"

"அப்பா.. அதுக்கு இன்னும் ரொம்ப நாள் ஆகுமே... "

"அது ரொம்ப விலை..கேட்டமில்லை?.

சின்னது வேணும்னா சொல்லு.உடனே வாங்கித் தர்றேன்"

"இல்லை.. எனக்கு நாம பாத்த பெரிய டெட்டி பியர்தான் வேணும்..

கிறிஸ்துமஸ்லயே வாங்கி தா".

"குட் பாய்"

முகத்தில் லேசாக முத்தமிட்டார் ஆண்டனி.

ॐ

அன்று ஞாயிற்றுக்கிழமை...

குளிக்க போகும் முன்பே, அந்த ஜன்னலை மூடி விடலாம் என்று நினைத்து நடராஜ அய்யர் அருகில் செல்ல, ஆண்டனி மேலே ஏதோ செய்து கொண்டு இருந்தது அரை இருட்டில் தெரிந்தது...

குளித்து விட்டு வந்து மீண்டும் பார்க்க, எப்போதுமே நடராஜ அய்யர் வீட்டை நோக்கி இருக்கும் அவர்கள் வீட்டு சமையலறை புகைபோக்கி கொஞ்சம் புது பைப்புகள் மற்றும் பெண்டுகளின் உதவியுடன் சற்றே தொலைவுக்கு நீண்டு எதிர் திசையில் காலி திசையில்...

ஊதுபத்தி வாசனையுடன் நிம்மதியாக பூஜை செய்தார்..

ॐ

திடீரென்று ஆண்டனி வேலை செய்த தனியார் சிறு தொழிலகம் முதலாளிகளின் பாகப்பிரிவினை பிரச்சினையால் மூடப்பட, வயிற்றுப் பிழைப்புக்காக போர் ஓட்டும் ரிக் வண்டியில் வேலைக்கு போக ஆரம்பித்திருந்தான் ஆண்டனி..வட இந்தியா போனால் சில சமயங்களில் மூன்று மாதம் கூட ஆகுமாம்.. இப்போது தான் வண்டிக்கு போய் 15 நாள் ஆகிறது...

ஸ்டெல்லாவின் சிந்தனையை கலைத்தது மகன் லாரன்ஸின் கேள்வி..

"அம்மா.. அப்பா கிறிஸ்துமஸீக்கு வந்துடுவாரா?"

"வர மாட்டார்டா செல்லம்.. அப்பா வேலையா தூரமா போய் இருக்கார்ல!?."

சுருண்டு படுத்த மகனின் கண்ணில் கண்ணீரை கண்ட ஸ்டெல்லா...

"ஏன் லாரன்ஸ்?"

"அப்பா.. கண்டிப்பா கிறிஸ்துமஸீக்கு பெரிய கரடி பொம்மை வாங்கித் தர்றேன்னு சொன்னார்.. நானும் ஃப்ரெண்ட்ஸ் கிட்ட எல்லாம் கூட சொல்லிட்டேன்..ஏம்மா எனக்கு அந்த பொம்மை கிடைக்காதா?"

காஃபிக்கே பக்கத்து பார்வதி மாமி வீட்டில் சர்க்கரை கடன் வாங்கி வைத்து இருக்கும் சூழலில்... மகனுக்கு என்ன சொல்வது என்றே தெரியவில்லை..

"லாரன்ஸ்..இப்ப தூங்கு.இன்னமும் 2 நாள் இருக்கு இல்லை கிறிஸ்துமஸீக்கு...

சான்டாகிளாஸ் தாத்தா கண்டிப்பா கொண்டு வந்து தருவார்!."

"நிஜமாலுமா?"

"ஆமாம்..தூங்கு"

என்றவள் வெகு நேரத்திற்கு தூக்கம் தொலைத்தாள்..

ജ

நடராஜ அய்யர் சேரில் அமர்ந்து இருந்தார்...

"அம்மா.." என்ற ஸ்டெல்லா குரல் கேட்டு சமையலறையில் இருந்து வெளியே வந்தாள் பார்வதி...

"இந்தாங்க.. கிறிஸ்துமஸ் கேக்.. உங்களுக்காகவே ஐயங்கார் கடையில முட்டை இல்லாத கேக்கா தேடி வாங்கினேன்.. அப்பா.. அவசியம் நீங்களும் சாப்பிடணும்"

"பேஷாம்மா..இதோ இப்பவே எடுத்து சாப்பிடறேன்.."

சொன்னவாறே கேக்கை விண்டு பாதியை வாயில் போட்டுக் கொண்டார்..

"ரொம்ப சந்தோஷம் குழந்தை.. சீக்கிரம் ஆண்டனிக்கு இங்கேயே ஒரு நல்ல வேலை கிடைக்கும்.. கடவுள் காப்பாத்துவார்"

"தாத்தா.. எப்படி இருக்கு என் கரடி பொம்மை... சான்டா கிளாஸ் தாத்தா நேத்து ராத்திரி நான் தூங்கி கிட்டு இருக்கறப்ப எங்க வீட்டுல வச்சிட்டு போனாரே.. நான் ஜன்னல் வழியா பாத்தேனே!!"

"நல்லா அழகா சூப்பரா இருக்கு லாரன்ஸ்"

மகனின் கையைப் பிடித்தவாறே திரும்பிய ஸ்டெல்லா கண்களில் பட்டது பூஜை அலமாரிக்கு அருகில் மடித்து வைக்கப் பட்டு இருந்த சிகப்பு வண்ண சான்டா கிளாஸ் உடையும் தொப்பியும்..

உணர்ந்து நடராஜ அய்யரை திரும்பி பார்த்த

ஸ்டெல்லா பார்வைக்கு அவர் கடவுளாகவே தெரிந்தார்..

<h1 style="text-align:center">சாக்லேட்....</h1>

"எங்க மாமா ஊர்ல இருந்து 2 சில்க் சாக்லேட் வாங்கிட்டு வந்தார்.. நேத்து நான் ஒன்னு சாப்பிட்டேன்.. சூப்பரா இருந்தது.. நம்ம சாப்பிடலாம்னு இன்னொன்னை பத்திரமா வச்சிருந்து கொண்டு வந்து இருக்கேன்"

அரசு நடுநிலைப் பள்ளி என்ற பலகைக்கு கீழே யூனிபார்முடன் நின்று கொண்டு இருந்த வித்யா தோழிகளிடம் பேசியவாறே கையில் இருந்த அந்த சாக்லெட்டை நான்காக உடைத்து ஆளுக்கு ஒரு துண்டு கொடுக்க, ஆர்வமுடன் வாயில் போட்டார்கள்...

"சூப்பர் டி"

"நான் இவ்வளவு டேஸ்டான சாக்லேட் சாப்பிட்டதே இல்லை.. அப்பா கிட்ட சொல்லி வாங்கணும்"

"ஆமாண்டி வினி.. நான் கூட அப்பாகிட்ட கேட்டு வாங்கறேன்."

"வித்யா.. எத்தனை ரூபாயாம்?"

"தெரியலை வினி"

"ஏன்டி ரம்யா.. உனக்கு சாக்லேட் பிடிக்கலையா?"

"ரொம்ப பிடிச்சிருக்கு"

"அப்ப.. நீயும் உங்கப்பா கிட்ட கேட்டு ஒன்னு வாங்கிக்கலாமே..நீ கேட்டா உங்கப்பா கண்டிப்பா வாங்கி தருவாரே?"

"ஆமாண்டி வினி.. ஆனா, போன மாசம் இப்படித்தான் நம்ம சந்தியா ஒரு கேக் பேர் கூட என்னமோ "பிளாக் பெர்ரி"..

கேக் கொஞ்சம் கொடுத்தா.நல்லா இருந்தது. எங்கப்பா கூட கேக் கடைக்கு பக்கமா போனப்ப அந்த கேக் வாங்கி கொடுக்க சொல்லி அப்பாகிட்ட கேட்டேன்.அப்பாவும் சரின்னு கூட்டிட்டு போனார்... ஆனா, கேக் விலை ரொம்ப அதிகம். அப்பா கிட்ட காசு பத்தலை..

"சாமி.. நாளைக்கு கூலி வாங்கி வாங்கித் தர்றேன்னு சொன்னார்.. நான் சரிப்பா" ன்னுட்டேன்.ஆனா ரெண்டு நாளைக்கு அவர் மூஞ்சி ரொம்பவே டல்லாவே இருந்தது... கூலி வாங்கி அந்த கேக்கை எனக்கு வாங்கி கொடுத்ததுக்கு அப்புறம் தான் அவர் முகத்தில சிரிப்பே வந்தது.. ஆனா, அந்த கேக் எனக்கு ருசிக்கலை அன்னிக்கு.. பொண்ணு கேட்ட ஒரு கேக் கூட வாங்கி தர முடியலையேன்னு எங்கப்பா பட்ட வேதனை தான்.... அவரோட டல்லான முகம் தான் கண்ணுக்கு தெரியுது.. அதனால இப்பல்லாம் அப்பா வாங்கி தர்றதை சாப்பிட்டுக்கிறேன். நானா எதுவும் கேக்கறதில்லை"

அதற்குள் பழைய டிவிஎஸ் 50 ல் லுங்கி உடன் நாலு நாள் தாடியுடன் ரம்யாவின் அப்பா வர, ரம்யா தோழிகள் இடம்

"வர்றேண்டி" என்று கூறியவாறே பையை டிவிஎஸ் முன்னால் வைத்து விட்டு பின்னால் ஏறி அப்பாவை இறுகப் பற்ற

"போலாமாடா சாமி" என்ற அப்பா குரலுக்கு "ம்" என்று ரம்யா பதில் கொடுக்க டிவிஎஸ் கிளம்பியது இரண்டு சாமிகளை சுமந்து கொண்டு...

உறவுகள் உணர்வுகள்..

அந்த மாருதி ஸ்விப்ட் கார் மெதுவாக ஓடிக்கொண்டிருந்தது..

காருக்கு உள்ளே நிலவிய கனத்த மெளனத்தை கலைத்தது அந்த பச்சிளம் குழந்தையின் அழுகுரல்.

மாலதி குழந்தைக்கு பையிலிருந்த பால்புட்டியை வாயில் வைக்க அது அழுகையை நிறுத்தியது. அருகில் அமர்ந்திருந்த மாலதியின் அம்மா சொளந்தரம் உடைந்த குரலில் கேட்டாள்:

"ஏன் மாலதி இந்த குழந்தையை அனாதை இல்லத்தில் விடறதைத் தவிர வேற வழியே இல்லையா?"

சில வினாடி மௌனத்திற்குப் பிறகு "இல்லையம்மா" என்றாள் ஒற்றை வார்த்தையில்... மீண்டும் காருக்குள் கனத்த மௌனம் படர்ந்தது.

மாலதிக்கு 10 மாதங்களுக்கு முன் நடந்தது நினைவில் ஓடியது.

☙❧

அப்பாவின் திடீர் ஆக்சிடெண்ட் மரணம் அம்மாவை இடிந்து போக வைத்து விடும் என்று மாலதி கருதி இருந்தாலும் அம்மா இப்படி சித்த பிரம்மை பிடித்தவள் போல ஆகி விடுவாள் என எதிர்பார்க்கவில்லை...

அப்பாவின் உடல் போஸ்ட்மார்ட்டம் செய்து வந்தவுடன் கூடத்தில் ஐஸ் பாக்ஸில் வைக்கப்பட்டிருந்தாலும் அம்மா எல்லோரிடமும் "அவருக்கு ஒன்றும் ஆகாது.அவர் வந்து விடுவார்.அவர் வந்து விடுவார் "என்றே கூறிக் கொண்டிருக்க

அறிந்தும் அறியாமலும் அரை சுவாதீனத்தில் இருந்த அம்மாவுக்கு சடங்குகள் நடந்து முடிந்தது.

"சொல்லாமல் செல்வது தான் சொந்தங்களுக்கு அழகு "என்ற சொல்லுக்கு ஏற்ப கூடி இருந்த சொந்தங்கள் கலைந்து போய் இருக்க... மாலதியின் சித்தப்பா, சித்தி போன்ற மிக நெருங்கிய சொந்தங்கள் சில பேர் மட்டுமே இருக்க...

கணவர் ரமேஷ் இடம் அம்மாவை உடன் அழைத்துச் செல்ல சம்மதம் பெற்று இருந்த மாலதி...

"சித்தப்பா...3 நாள் காரியம் முடிஞ்சதும் அம்மாவை எங்க கூட கூட்டிட்டு போலாம்னு இருக்கோம்."

"நீ சொல்றது நியாயமான ஒன்னுதான்...பெத்தவளை பிள்ளைங்கள விட வேற யார் நல்லா காப்பாத்த முடியும். ஆனா, உடனே கூட்டிட்டு போகணுமா?"

"அவரும் அடிக்கடி லீவு போட முடியாது.. நானும் குழந்தை லாவண்யாவை தூக்கிட்டு தனியா வந்துட்டு போக முடியாது... ட்ரெயின்ல 30 மணி நேரம் ஆகுது."

"சரிம்மா"

ட்ரெயின் ஏறும் போது கூட...

"மாலதி... அப்பாவுக்கு உன் புது வீட்டு அட்ரஸ் தெரியும் இல்லை?.. இல்லைன்னா அங்க வந்து தேடிட்டு கஷ்டப்படுவார் பாவம்"

என்ற அம்மாவை பார்க்க பாவமாக இருந்தது மாலதிக்கு.

ജ

"அம்மா..பாவாடையை நல்லா மாரோட இறுக்கிக் கட்டு. தலைக்கு தண்ணி ஊத்தி விடறேன்"

அமர்ந்து இருந்த அம்மாவுக்கு வெதுவெதுப்பான நீரை தலையில் ஊற்றி..முதுகை சோப் போட்டு தேய்க்க... மாலதிக்கு 52 வயது குழந்தையாக தெரிந்தாள் அம்மா.

சிறு வயது முதலே அப்பாவுக்கு வேலையே காலை முதல் இரவு வரை சரியாக இருக்கும்.மாலதியை பொறுத்தவரை A to Z எல்லாம் அம்மா தான்...

காலையில் கண் விழிப்பது முதல் கண் அயர்வது வரை அம்மாதான்...

கல்யாணம் ஆகி கணவர் வீட்டிற்கு போவதற்கு முன் மாலதியை விட தேம்பி தேம்பி அழுதவள் அம்மா தான்...

"நீ அழறதைப் பார்த்தா...பொண்ணோட சேர்த்து உன்னையும் அனுப்பணும் போல இருக்கே.." என்று அப்பா சொன்னது நினைவுக்கு வந்தது.

ஏன் பிள்ளைப் பேறுக்கு வந்திருந்த போது... எத்தனை நாள் தூக்கம் கெட்டு இருப்பாள் அம்மா என்று சொல்லவே முடியாது... லாவண்யா பிறந்து 5 மாதம் வரை... அம்மா வீட்டில் இருந்த வரை..எத்தனையோ நாட்கள் மாலதி கண் விழித்து பார்க்கும்போது குழந்தை லாவண்யா அம்மா கையிலோ... அல்லது அம்மா தொட்டிலை ஆட்டிக் கொண்டோ...

"ஏம்மா...நீ தூங்குவியா மாட்டியா?.. எப்ப நான் பார்க்கறப்பவும் முழிச்சிட்டு..."

"மாலதி... இதெல்லாம் ஒன்னும் இல்லை..நீ பொறந்தப்ப நோஞ்சான் உடம்பு...2 வருஷம் உன்னை ஆளாக்க பட்ட கஷ்டங்களை பார்த்தா இதெல்லாம் ஒன்னும் இல்லை"...

"கண் எரியுது மாலதி...தண்ணி ஊத்து." என்ற அம்மாவின் குரல் மாலதியின் நினைவுகளை அகற்றியது.

ജ്ഞ

அப்பா இறந்து 100 நாட்களுக்கு மேல் ஆன பிறகு தான் அம்மா நார்மல் நிலைக்கு வந்து இருந்தாள்...நார்மலுக்கு வந்த இரண்டாவது நாளில் மாலதி இடம் தன் உடலில் தெரிந்த மாறுதலைக் கூற...

மருத்துவர் இடம் வந்தார்கள்.

அம்மாவை பரிசோதித்த டாக்டர் மாலதியை தனியாக அழைத்து சொன்ன தகவல் அவளுக்கு பெரும் அதிர்ச்சியை தந்தது...

"மாலதி.. உங்கள் அம்மா 5 மாச கர்ப்பமா இருக்காங்க"

"இந்த வயசுல இது சாத்தியமா டாக்டர்?"

"யெஸ்..ஸம் டைம்ஸ் இட் ஹேப்பன்ஸ்... ஏறக்குறைய 30 வருஷம் கழிச்சு...வாட் டு டு?"

"டாக்டர்... அபார்ஷன் பண்ண முடியுமா?"

"ஸாரி... காலம் கடந்துடிச்சி.. இதுக்கு மேல பண்றது உயிருக்கு ரொம்ப ரிஸ்க்...மை அட்வைஸ்..டோன்ட் ட்ரை எனி வேர்".

ஷௌ

"ஏங்க..."

"சொல்லு மாலதி."

சொன்னாள்.. ஹாஸ்பிடலில் டாக்டர் கூறியது முழுவதும் சொன்னாள்.

"இப்ப என்னங்க பண்றது?. ரொம்ப குழப்பமா இருக்குது"

"ஆமா மாலு.பிரச்னை கொஞ்சம் காம்ப்ளிகேடட் தான்.. யோசனை பண்ணி ஒரு சஜஷன் சொல்றேன்" என்ற ரமேஷ் மறுநாள் சொன்னான்:

"மாலு.. உனக்கு தெரியாதது ஒன்னும் இல்லை.என் தங்கச்சி ரம்யாவுக்கு மாப்பிள்ளை பாத்துட்டு இருக்கோம். எங்கப்பா நம்ம கூட இருக்கார்.உங்க அம்மாவை கூட வச்சிக்கறதுக்கு ஒன்னும் சொல்லலைன்னாலும் இந்த வயசுல ஒரு குழந்தையை... வெளியே எப்படி சொல்றது முதல்ல?"

"சரி..என்ன பண்றதுங்க?"

குரல் மெல்ல ஒலித்தது.

29

"நான் நல்லா யோசிச்சு தான் சொல்றேன்..புனேல எனக்கு வேண்டியவங்க வீடு இருக்கு.குழந்தை பொறக்கற முடிய உங்க அம்மா அங்க இருக்கட்டும்.நீ இங்கே அங்கேன்னு அது முடிய இரு.. குழந்தை பொறந்ததும் அதை அங்கேயே ஒரு அனாதை இல்லத்தில் சேர்க்க ஏற்பாடு பண்ணி இருக்கேன். அங்க கொண்டு போய் குழந்தையை விட்டுட்டு வந்துடுங்க.. இதை விட வேற நல்ல ஐடியா வேற எதுவும் இருக்கற மாதிரி தெரியலை"

"நீங்க சொல்றது சரியா தான் படுது.. அம்மா கிட்ட பேசறேங்க".

ஊஊ

"மாலதி..."

அம்மாவின் குரல் மாலதியை ஃபிளாஷ் பேக்கில் இருந்து வெளிக் கொண்டு வந்தது.

"சொல்லும்மா"

"கண்டிப்பா குழந்தைய அனாதை ஆசிரமத்துல சேர்த்தே தான் தீரணுமா?"

"வேற வழி இல்லைம்மா.."

"மாலு... நினைச்சாலே அடி வயிறு ஜில்லுங்குது..மனசு படபடங்குது..உன்னை பெக்க நானும் உங்க அப்பாவும் கோயில் கோயிலா ஏறி இறங்குனது ஞாபகத்துக்கு வருது.. உன்னை காப்பாத்த ஆஸ்பத்திரி ஆஸ்பத்திரியா ஏறி இறங்குனது ஞாபகத்துக்கு வருது."

"அம்மா... நானும் இப்ப ஒரு அம்மாதான்.. உன்னோட உணர்வுகளை என்னால புரிஞ்சிக்க முடியுது.தனி மனிதர்களோட உணர்வுகளை கூட பல சமயங்களில் சூழல் தான் தீர்மானிக்குது அம்மா..என்ன பண்றது வாழ்க்கைங்கறது அப்படித்தாங்கறது கசப்பான நிஜம். விரும்புனாலும் விரும்பலைன்னாலும் சூழல் ஏற்க வைக்கும்"

கார் அந்த அனாதை ஆசிரமத்திற்குள் நுழைந்தது... ஏற்கனவே பேசி வைத்து இருந்ததால் ஆசிரம நிர்வாகி அதிகம் பேசாமல் சில தாள்களில் கை எழுத்து மட்டும் வாங்கிக் கொண்டு...

"சரி.. நீங்க போகலாம்" என்றார்.

குழந்தையை கையில் வாங்கி...அது தன் இயற்கையை அவர் கையில்...

"ரவி.. சீக்கிரம் வா."

ஒரு இளைஞன் ஓடி வந்து குழந்தையை வாங்கி சுத்தம் செய்யப் போக.. நிர்வாகி கை கழுவி வந்தார்.

"ஏங்க... குழந்தைகளை கவனிச்சிக்க ஆயா யாரும் இல்லையா?"

"எங்கம்மா யாரும் சரியா நிலைக்க மாட்டேங்கறாங்க."

"ஏங்க... நான் ஆயாவா வந்தா சேத்துக்குவீங்களா?"

என்றவள் மாலதியை தனியாக அழைத்து போய்...

"மாலதி.. ஒரு தாயா என்னால என்னோட குழந்தையை விட்டுட்டு வாழ முடியும்னு தோணலை.இப்ப என் குழந்தையை மட்டும் இல்லை பல குழந்தைகளுக்கு அம்மாவா பாத்துக்கற வாய்ப்பு வந்து இருக்கு.

இங்கே குழந்தையை விட்டுட்டு அங்க வந்து ஒரு தவறு செஞ்சவளா வாழ்நாள் முழுக்க ஒரு குற்ற உணர்ச்சி யோட வாழறதை விட... இங்கே ஒரு ஆயாவா சந்தோஷமா வாழ முடியும்னு நினைக்கிறேன்.என்னோட இறுதிகால வாழ்க்கையும் ஒரு அர்த்தம் உள்ளதா இருக்கும்னு நினைக்கிறேன்"

"ஆமாம்மா..நீ சொல்றது சரின்னு தான் படுது."

"ஆயா... உங்க பேர் என்ன?" என்றவன் இடம் "செளந்தரம்" என்று அம்மா சொல்வது காரில் ஏறிய மாலதி காதில் விழ... கண்களில் அவளையும் அறியாமல் நீர் வழிந்தது.

அப்பா...

'ஏங்க..இன்னிக்கும் 'கிளப்'புக்கு போயாகணுமா?. அண்ணன் ராத்திரிக்கு வர்றேன்னு சொல்லியிருக்கு'

"ஆமா..மகேஷ்..இன்னிக்கு அவசியம் போயாகணும்.. சீக்கிரம் வந்துடறேன்"என்றான் செந்தில்.

"ம்" என்றாள் முனகலாய் மகேஷ் என்றழைக்கப்படும் மகேஷ்வரி..

இதைப் பார்த்துக் கொண்டிருந்த ராஜேஷுக்கு கோபம் கோபமாய் வந்தது..

"அப்பா!. இனிமே நீங்க 'கிளப்'புக்கு போகக் கூடாது" என்று கத்த வேண்டும் போல் இருந்தது..அவன் உடன் படிக்கும் அவன் வகுப்பைச் சேர்ந்த சிலர், "சண்முகத்தோட அப்பா கிளப்புல எடுபிடியா part time வேலை பாக்கறார்.. சம்பளம் கிடைக்குதோ இல்லையோ மிச்சம் மீதி பாரின் சரக்கும் மட்டன், சிக்கனும் கிடைக்கும்" எனக் கூறி எள்ளி நகையாடும் போது உயிர் போய் உயிர் வரும்.ஆனால், அப்பாவிடம் பேச ஏனோ தைரியம் வராது.

அதுவும் அக்கா கல்யாணத்தில் வாங்கிய கடனை அடைக்க அதிகாலை இவன் எழுவதற்கு முன்னரே பவர்லூம் ஓட்ட போய், மாலை வந்ததும் கிளப்புக்கு போய் 11 மணிக்கு வரும் அப்பாவிடம் எப்படி பேசுவது?.என்ன பேசுவது?

"ராஜேஷ்..வர்றேன்" என்று கூறி சைக்கிள் எடுத்த அப்பாவிடம் 'சரி' என்று தலையாட்ட மட்டுமே முடிந்தது ராஜேஷால்.

ღზლ

அந்த சிறிய ஹாலில் இருந்த வட்டமேசையில் சீட்டுக் கட்டுகள் தங்கள் பணியை செவ்வனே செய்து கொண்டு இருந்தன.. அமர்ந்திருந்த எட்டு பேரும் செல்வந்தர்கள் என்பது முதல் பார்வையிலேயே தெரியும் படி இருந்தார்கள்..

"செந்தில்..கொஞ்சம்   ஊத்துடா..   காலியானதை பாக்கலையா?"

"இதோ ஒரு நிமிஷங்கண்ணே"

அவசரமாய் காளியண்ணனுக்கு உரிய டீச்சர்ஸ் சரக்கை சரியாய் ஒரு அவுன்ஸ் ஊற்றி, சோடா மிக்சிங்..

கதவை லேசாய் திறந்து உள்ளே நுழைந்தான் ராஜேஷ்..

காளியண்ணன் கோப்பையை எடுத்து ஒரு 'சிப்'பி முகம் மாறினார்.

"டேய் செந்தில்" என்றார் கோபத்துடன்.

"மிக்சிங் என்னடா ஊத்துன?"

"அண்ணே..சோடா..ண்" என சொல்லும் போது தான் தவறை உணர்ந்தான்..

"எத்தனை தடவை ஊத்தறே!. ஆனாலும், நான் தண்ணிதான் மிக்ஸ் பண்ணிக்குவேன்னு தெரியாதாடா?" என்பதுவுடன் ஒரு கெட்ட வார்த்தையும் சேர்த்துத் திட்டி, கோப்பைச் சரக்கை அவனை நோக்கி விசிற,

ஓரமாய் நின்று பார்த்துக் கொண்டிருந்த ராஜேஷுக்கு இதயத்துள் சம்மட்டியால் அடித்தது போல் இருந்தது..

செந்தில் அவசரமாய் வேறொரு கோப்பையில் டீச்சர்ஸ் ஊற்றி தண்ணீர் மிக்ஸ் செய்து காளியண்ணனிடம் கொடுக்க, அதை அவர் ஒரு 'சிப்' சிப்பி "டேய் செந்திலு..உன் மிக்சிங்தாணடா உலகத்துலயே சூப்பர்" என்று சொன்ன பின்தான் செந்திலுக்கு உயிர் வந்து போல் இருந்தது.. திரும்பியவன் ராஜேசை பார்த்து ஒரு கணம் அதிர்ந்து,

"நீ எதுக்கு இங்க" என்றான்.

"மாமா வந்துட்டார்.அம்மா சொல்லிட்டு வர சொன்னாப்படி"

௯

ராஜேஷுக்கு தூக்கம் வரவில்லை.அப்பாவை கெட்ட வார்த்தையில் திட்டியதையும் கோப்பையை விசிறி எறிந்ததையும் ஜீரணிக்க முடியவில்லை.. அழுகையும் கோபமும் ஒருங்கே வந்தது..அந்த ஓடு வேய்ந்த ஒற்றைக் கூடமே ஹால், சமையலறை, பெட்ரூம் அவர்களுக்கு..

இன்று பேசியே தீர வேண்டும் என முடிவு செய்து கொண்டான்.

"அப்பா" என்றான் ராஜேஷ்..

"ஏன் ராஜேஷ்" என உடனே கேட்ட அப்பாவின் குரலே செந்திலுக்கும் தூக்கம் வராததைக் காட்டியது.

"அப்பா..அந்த 'கிளப்'புக்கு போறதை விட்டுடப்பா. வேண்டாம்"

"ஏன் கண்ணு?. அப்பாவை திட்டுனதால சொல்றியா?."

"அதுவும் தான்.அதுவுமில்லாம அங்க மிச்சமாற சரக்குக்காகவும் தான் நீ அங்க போற மாதிரி கேவலமா பேசறாங்கப்பா"

"ராஜேஷ்.. நான் அங்க மிச்சமாற சரக்கு எடுக்கறேன். அதையும் வாங்கறதுக்கு ஆள் இருக்கு.விக்கறேன். ஆனா, திருடலை.. நான் படிக்கலை.. தறி ஓட்டறேன்.. உங்கம்மாவையும் பேக்டரிக்கு வைண்டிங் ஓட்ட அனுப்பிச்சேன்.அவ சீக்காளி.ஒடம்பு ஒத்துக்கலை.என் வாழ்க்கை தான் இப்படி மத்தவங்க கிட்ட ஏச்சு வாங்கறதா போச்சி..ஆனா, எம் மகன் உன்னோட வாழ்க்கை அப்பிடி ஆயிடக் கூடாதுன்னு முடிவு பண்ணுனேன்..தனியார் பள்ளியில படிச்சா நல்ல காலேஜ்ல இடம் கிடைக்கும், வேலை கிடைக்கும்னு சொன்னாங்க.இந்த காளியண்ணன் தான் இப்ப நீ படிக்கற ஸ்கூல் ஓனர்..அவர் அந்த 'கிளப்'புக்கு

வர்றது தெரிஞ்சுதான் நான் அங்க வேலைக்கே சேர்ந்தேன்.. கெஞ்சி கூத்தாடி உனக்கு பீஸ் கட்டாம படிக்க பர்மிஷன் வாங்கினேன்..ஆங்..அந்த மிச்சமான சரக்கு விக்கற காசு பேங்க்ல போட்டிருக்கேன்-- படிப்புக்கு உதவும்னு.

"ராஜேஷ்.. இன்னும் பத்து பேர் கால்ல விழுந்தாவது உன்னை படிக்க வச்சுடுவேன்..மரத்துப் போன எனக்கு ஒரே கனவு--நீ ஆபிசராகணும்...நான் பண்றது சரியா தப்பா தெரியாது.மனசை போட்டு குழப்பிக்காதே..

கவனம் படிப்பில் இருக்கணும்..."

ജ്ഞ

தன் டேபிள் மேல் வைக்கப்பட்டு இருந்த தந்தையின் படம் கண்ணீரால் மங்கலாய் தெரிய, கண்ணைத் துடைத்தவாறே நிமிர்ந்த ராஜேஷின் டேபிள் மேல் "BANK MANAGER" என்ற நேம்போர்டு இருந்தது..

நேரான சாய்கோடுகள்!

முருகன் அந்த பழைய கட்டிடத்துக்கு எப்போதாவது தான் வருவான்...34 வயதில் உடம்பு எப்போதாவது... "இருந்தால் பரவாயில்லை "என்று கேட்கும் போது மட்டுமே... சொல்லப் போனால் இதுவரை மொத்தமே 10 முறை கூட வந்து இருக்க மாட்டான்...

உள்ளே போனான்...

நிர்வாகி(?) இடம் ஒப்பந்தம் பேசி பணம் கொடுத்து...

"மாடியில் 3 வது ரூம்"

போனான்.. காத்திருந்தாள்...

முப்பது இருக்கலாம்...

கருப்பு என்றாலும் களையாக, கவர்ச்சி ஆகத்தான் இருந்தாள்..

கட்டில் படுக்கை சுமாராக இருந்தது.. ஆனால் சுத்தமாக இருந்தது.. அமர்ந்தான்.. அருகில் அமர்ந்தாள்...

"தமிழா?"

"களுக் "என்று சிரித்தான்..

"இதில் கூட மொழி முக்கிய பங்கு வகிக்கிறதா?"

"மாநிலத்திற்கு ஏற்ப மக்கள் உணவு ருசி மட்டுமே வித்தியாசப்படுவது இல்லை.. வாடிக்கையாளர் விரும்பும் ருசி தர வேண்டியது எங்கள் கடமை அல்லவா?"

"உண்மை.. தரமான சேவையே வாடிக்கையாளரை மீண்டும் மீண்டும் வரவழைக்கும் உபாயம்... நன்றாக பேசுகிறாய்..."

மெல்ல அணைத்தான்..

"என்ன செய்வது? எங்கள் தொழிலே குறைந்த கால சர்வீஸ் தானே?"

"செந்தமிழை ஓரங்கட்டி வச்சிடலாம்..அது வேலைக்கு ஆகாது"

"பேச்சே தேவையில்லை.. லைட் ஆஃப் செஞ்சிட்டு நைட் லேம்ப் போடட்டுமா?"

அப்போது அருகில் இருந்த அறையில் இருந்து ஒரு குழந்தையின் அழுகுரல் கேட்க, சட்டென்று முகம் மாறி.. பின் இயல்புக்கு வர முயன்றாள்..

முருகன் அதை கவனித்தான்..அவளை அணைத்து...

குழந்தை அழுகுரல் ஓங்க... அவள் முகம் மாறினாள்..

"ஒரு நிமிஷம்..ப்ளீஸ்"

"ஓகே.. யார் குழந்தை?..

உன்னுடையதா?.. தொடர்ந்து அழுதால் இங்கே கொண்டு வா.."

ஓடினாள்... சில நிமிடங்களில் குழந்தை பால் பாட்டிலை வாயில் வைத்து இருக்க... உள்ளே வந்தாள்...

"இரண்டே நிமிஷம்.. தூங்கிடுவான்.. நீங்க தெய்வம் மாதிரி.."

"உன் குழந்தைதானே?.. அப்பா யார்?"

"அப்பா தெரியும்..சொல்ல மாட்டேன்.. அம்மா நான் தான்..."

இழுத்தாள்...

"உன்னை பொறுத்தவரை அம்மா டவுட் வர வாய்ப்பு இல்லை.. அப்பா டவுட் வரலாம்.. ஆனா, நீ இழுக்கறதைப் பார்த்தா..."

"அது பெரிய கதை..சொன்னா விடிஞ்சிடும்.."

"பரவாயில்லை. சொல்லு" என்றான்.

ജ

புரோக்கர் பொன்னுசாமி வந்து தயங்கி தயங்கி நின்றான்..

"அமுதா.. ஒரு நல்ல வாய்ப்பு.."

"நான் தான் தொழிலுக்கு முழுக்கு போட்டுட்டேன்னு சொன்னேனே..திருந்தி வாழ விட மாட்டீங்களா?"

"அட.. நான் அதுக்கு வரலை.இது வேற மேட்டர்.. அம்மா ஆஸ்பத்திரி செலவுக்கு வேற தடுமாறிட்டு இருந்தியா... அதுக்கும் ஒரு தீர்வு கிடைக்கும்னு தான்.."

"சரி.. மேட்டர் என்னன்னு சொல்லு."

"நமக்கு தெரிஞ்ச ஒரு பெரிய ஆளு வாடகை தாய் வேணும்னு சொன்னார்.. பணம் பல்கா கிடைக்கும்.. அதான்"

"வாடகைத் தாயா?.. நானா?"

"அட.. அவரோட பொண்டாட்டி கர்ப்பப்பை வீக்கா இருக்காம்.. அவங்க ரெண்டு பேரோட கருவை வச்சு கர்ப்பம் உருவாக்கி அதை உன் வயித்துல வச்சிடுவாங்க..நீ அந்த கர்ப்பத்தை வளர்த்து பிள்ளை பெத்து கொடுக்கணும்"

"அதெல்லாம் கேள்வி பட்டிருக்கேன். யோசிச்சு நாளைக்கு சொல்றேன்"

"நல்ல பதிலா சொல்லு அமுதா... உனக்கு ஒரு குழந்தையை வயித்துல சுமக்கற.. அம்மா வாய்ப்பு.. மிஸ் பண்ணிடாதே.."

ജ്ഞ

அமுதாவிற்கு ஆச்சரியமாக இருந்தது..வாழ்க்கை எப்படி எல்லாம் மாறி மாறி ஓடுகிறது என்று..

வயிற்றை தடவிப் பார்த்தாள்...

லேசாக மேடிட்டு இருந்தது..

"எதுக்கு அவர் வரச் சொன்னார் பொன்னுசாமி?"

"தெரியலை அமுதா."

கடலோர அவுட் அவுஸிற்குள் கார் நுழைந்தது..

உள்ளே வர மரியாதை நிமித்தம் எழுந்தார்கள்..

உட்காரும் படி சைகை செய்ய அமர்ந்தார்கள்..

"பொன்னுசாமி.. நேரா மேட்டருக்கு வந்துடறேன்.. இந்த பொண்ணு வயித்துல வளர்ற கருவை கலைச்சிடணும்"

அமுதா அதிர்ந்தாள்...

எதிர் பாராத திருப்பம்..

"ஏன் ஸார்.. இந்த பொண்ணு ப்ராஸ்டியூட்னு எதாவது சங்கடமா? ஒரு வருஷமாவே அப்படி இல்லை"

"நோ நோ.. பிராப்ளம் என் வைஃப் மனசுல.. இந்த கர்ப்பம் என்னோடதும் வேறொரு பொண்ணோட கரு முட்டையும் சேர்ந்து உருவானது...தன்னோடது இல்லைன்னு சந்தேகப்படறா.. வேறொருத்தியோட குழந்தையை தன்னோட குழந்தையா ஏத்துக்க முடியாதுன்றா.."

"ஏங்க ஸார்.. இந்த குழந்தை உங்க வைஃப் கரு முட்டை தானே?"

"ஆமாம்பா.. ஆனா, ஆஸ்பிடல்ல சொன்னா கூட அவ நம்ப மறுக்கறா..யாரோ அதையும் இதையும் சொல்லி அவ மனசை கலைச்சிட்டாங்க..இது எங்களுக்கு உள்ள பெரிய பிரச்சினையா இப்பவே வருது.. நாளைக்கு இது வாழ் நாள் முழுக்க தொடர்ற பிரச்சினை ஆயிடக் கூடாதுன்னு தான்...நீங்க ஒன்னும் கவலைப்படாதீங்க...பேசுன மொத்த பணமும் வாங்கிக்குங்க..கலைக்கறதுக்கு தனியா பணமும் தந்துடறேன்.."

கட்டு கட்டாய் பணம் எடுத்து போட்டான்...

"ஸாரிம்மா..." என்றான் அமுதாவை பார்த்து..

"கலைச்சிட்டு எனக்கு தகவல் கொடு பொன்னுசாமி.. ரகசியமா இருக்கணும்" என்றான்.

ജ്ഞ

"அன்னிக்கு ராத்திரி தான் என்னோட அம்மா செத்தா.. நான் யாரோட வைத்தியத்துக்காக வாடகைத் தாயா இருக்க சம்மதிச்சேனோ..அவ என்னை விட்டு போயிட்டா.. நான் அனாதையா நின்ன மாதிரி தோணலை..

ஏன்னா எனக்குள்ள ஒரு ஜீவன் இருந்தது தான் காரணமா இருக்கலாம்னு நினைச்சேன்... நான் கல்யாணம் பண்ணி அம்மா ஆக முடியாது.. நான் அம்மா ஆக கடவுளா காட்டுன வழின்னு நினைச்சேன்..கலைச்சாச்சுன்னு சொல்ல சொல்லிட்டு இந்த ஊருக்கு வந்துட்டேன்..குழந்தையை பெத்துட்டேன்..என்னை காதலிச்சு ஏமாத்துனவன் என்னை தள்ளி விட்ட தொழில்..இப்ப இந்த குழந்தைக்காக தொடருது.. இதோட அப்பா யார்னு தெரியும்.. அம்மா எனக்கு சரியா தெரியல... ஆனா, நான் அம்மா ஆயிட்டேன்...

இந்த குழந்தைக்கு அம்மா ஆயிட்டேன்..

குழந்தை தூங்கிட்டான்.

பக்கத்து ரூமில் போட்டுட்டு வந்துடறேன்.."

"வேண்டாம்..இங்கயே போடு."

சில கணங்கள் அமைதி நிலவியது..

"அமுதா.. நான் ஒரு அனாதை.. இது முடிய இலக்கு இல்லாத பயணம் தான் என் வாழ்க்கை... வாழ்க்கை வாழறதுக்கு தானே தவிர அதுக்கு வேற எந்த அர்த்தமும் இல்லை அப்படின்னே வாழ்ந்தவன்.. இப்ப வாழ்க்கை வாழறதுல ஒரு அர்த்தம் இருந்தா நல்லதுன்னு தோணுது.. அந்த குழந்தைக்கு அப்பனா இருக்கேன்.. நம்பிக்கை இருந்தா வா...ஓடற காலம் முடிய இணைந்து ஓடலாம்"

"யோசிச்சு சொல்றேங்க"

என்றாள்...

இருவரும் படுக்கையில்...

இடையில் குழந்தை...

உணர்வுகள்...

கதைக்கு முன் குறிப்பு 1..

ஜூலை 15, 2016.

"சசி... நல்லா ஞாபகம் வெச்சிக்கோ- நம்ம குடும்பத்துல நீதான் பெண் புள்ள முதல் முதல்ல வேலைக்குப் போறது.. நல்ல கம்பெனி.. நல்ல சம்பளம்...அப்பா இல்லாத வீடு... புத்திசாலி உனக்கு நான் அதிகம் சொல்ல வேண்டியதில்லை"

"அம்மா, எனக்கே எல்லாம் தெரியும்மா.. தமிழாசிரியரான அப்பா எனக்கு சொல்லிக்கொடுத்த "ஒழுக்கம் விழுப்பம் தரலான் ஒழுக்கம் உயிரினும் ஓம்பப்படும்" அப்படிங்கற வார்த்தை என் மனசுல எப்பவும் ஓடிட்டே தான் மா இருக்கு. நீ ஒன்னும் கவலைப்படாத அம்மா"

"உன் தம்பி விக்னேஷ் படிச்சு முடிச்சு ஒரு வேலைக்கு போயி, உன்ன ஒரு நல்ல இடத்தில் கல்யாணம் பண்ணி கொடுக்கற முடிய எப்படியும் என் மனசுல ஒரு பயம் லேசாக ஓடிட்டு தான் இருக்கும் சசி..என்ன பண்றது?"

"சரிம்மா.. என்னை ஆசீர்வாதம் பண்ணு.. நீ ஒன்னும் கவலைப்படாதே"

சசி அம்மாவின் காலில் விழுந்து வணங்கினாள்.

முன் குறிப்பு 2..

ஜூலை 16, 2018.

வேலைக்கான அப்பாயின்மென்ட் ஆர்டரை முருகர் படத்துக்கு முன் வைத்து வணங்கினான் ரமேஷ்.

அருகில் ராமகிருஷ்ண பரமஹம்சர் நடுவிலும் ஒருபுறம் சாரதா தேவியும் மறுபுறம் விவேகானந்தரும் படத்தில் தியானித்துக் கொண்டிருந்தார்கள்.

"ரமேஷ்.. நான் சின்ன வயசுல இருந்து சொல்றதுதான் திரும்பவும் சொல்றேன்-- எப்பவும் பெண்களை அவங்க வயசை பொறுத்து உன்னோட அம்மாவா அக்கா, தங்கச்சியா கூப்பிட்டு பழகு.. ஆரம்பத்துல அது செயற்கையா இருந்தாலும், நாட்பட நாட்பட அந்த உறவு உன் மனசுல பதிய பதிய உண்மையிலேயே உனக்கு அப்படித்தான் மனசுல தோணும்.. அதுதான் எப்பவும் நல்லது"

"கண்டிப்பா அம்மா" சொல்லி தாயின் காலில் விழுந்து அப்பாயின்மென்ட் ஆர்டரை எடுத்துக்கொண்டு கிளம்பினான் ரமேஷ்...

இனி கதை...

அந்த பன்னாட்டு சாஃப்ட்வேர் கம்பெனியின் குளிரூட்டப்பட்ட ஹாலில் இருந்த கேபினை திறந்து உள்ளே நுழைந்தான் ரமேஷ்..

கம்ப்யூட்டர் மானிட்டரை பார்த்தவாறே கீபோர்டில் தட்டிக் கொண்டிருந்த சசிகலா எதிரில் அமர்ந்தான்.

"ரமேஷ்.. நீ அடுத்த வாரம் லண்டன் கிளம்பனும்"

"என்ன மேட்டர்?"

"நம்ம டீம் டெவலப் பண்ணி அனுப்பிச்ச ப்ரோக்ராம்ல ஒரு சந்தேகமாம்-அதை கிளியர் பண்ண"

"நானே ரொம்ப ஜூனியர் நான் எப்படி தனியா பிராப்ளத்தை..."

"நோ நோ நோ ரமேஷ். நானும் வரேன். நம்ம ரெண்டு பேரும் தான் போறோம்.ஓகே"

"அப்ப சரி -சசி அக்கா"

"நம்ம லண்டன் போறதற்கு என்னென்ன ரெடி பண்ணனும்னு சொல்றேன்... டாக்குமெண்ட்ஸ் பக்காவா ரெடி பண்ணிடு- ஓகே"

"ஓகே"...

ഇമ

விமானம் பறந்து கொண்டிருந்தது..

தோளின் மேல் லேசாக ஏதோ அழுத்துவது போல தோன்ற அரைத் தூக்கத்தில் இருந்த ரமேஷ் கண்களை திறந்தான்.

சசியின் முகம் அவன் தோளில் புதைந்து இருந்தது.. அவள் முகம் இவன் கண்களுக்கு மிகவும் அருகில் இருந்தது.. அந்த அழகான கண்களும் உதடுகளும் அவன் கண்களுக்கு மிக அருகாமையில் இருந்தது அவன் மனதில் ஏதோ சில மாற்றங்களை உருவாக்குவதை ரமேஷால் உணர முடிந்தது..மாசு மருவில்லாத முகம்..திருத்தப்பட்ட மெல்லிய புருவங்கள்... சசியின் மூச்சு காற்று அவன் தோளில் பட்டு லேசாக வெப்பம் கூட்டியது.. ஒரு புறம் எழுப்பு சசியை" என்றது மனம்.. மறுபுறம் அப்படியே இருந்தால் பரவாயில்லை என்றது மற்றொரு மனம்.. ரமேஷின் சிக்கலை தீர்ப்பது போல அனௌன்ஸ்மென்ட் ஒலித்தது ஆங்கிலத்தில்...

"துபாய் விமான நிலையத்தில் இன்னும் சில நிமிடங்களில் விமானம் தரை இறங்க உள்ளதால் பயணிகள் சீட் பெல்டை போடவும்"

"சசி..க்கா.." என்று தோளை தட்டி எழுப்பினான்... தான் வணங்கும் கடவுள் தன்னை காப்பாற்றி விட்டதாக கருதி நன்றி கூறினான் மனதில்-- லண்டனில் நடக்கப் போவதை அறியாமல்..

ഇമ

லண்டன்...

ஹோட்டல் அறையில் அயர்ந்து தூங்கிக் கொண்டிருந்தான் ரமேஷ். மொபைல் ஒலிக்க எடுத்து காதுக்குக் கொடுத்தான். எதிர்முனையில் சசி..

"ரமேஷ்..இங்கே ரூமில் ஹீட்டர் வேலை செய்யலை.. ஒரு நிமிஷம் ரூமுக்கு வர்றியா?"

"இதோ வர்றேன்"என்றவாறே கடிகாரம் பார்த்தான்.மணி 1 காட்டியது.

ரூமை சாத்தி எதிர் ரூமுக்குள் நுழைந்தான்..

"சில்"லென்று தாக்கிய குளிர் 'சுருக்' என்று குத்தி ஹீட்டர் இல்லாத தாக்கத்தை காட்டியது.

"ஹீட்டர் ஓடிட்டு தான் இருந்தது.. திடீர்னு ஓடலை.. ரிசப்ஷன்ல கேட்டேன்.எலக்ட்ரீஷியன் வர ஒரு மணி நேரத்திற்கு மேல் ஆகும்னாங்க...என்ன போர்வை போர்த்துனாலும் குளிர் தாங்க முடியலை."

"ஓகே.. என் ரூமுக்கு போயிடலாம்-- எலக்ட்ரீஷியன் ரெடி பண்ற முடிய"

"சரி" என்று கூற கூற சசி கைகள், உதடுகள் அனைத்தும் நடுங்க ஆரம்பித்திருந்தது.

கால்கள் நகர மறுத்தன.

ரமேஷீக்கு சூழல் புரிந்தது.கையை இறுகப் பற்றி அணைத்தவாறே நடத்தி சசியை அழைத்துக்கொண்டு தன் ரூமுக்கு உள் நுழைந்தான்..

"எனக்கு 10 வருஷத்துக்கு முன்னாடி குளிர் அதிகமாக இருந்தப்ப ஜன்னி வந்திருக்கு ரமேஷ்.. அதான் குளிர்னா கொஞ்சம் பயம் ரமேஷ்"

மாலையில் தேம்ஸ் நதிக்கரையில் சசி சொன்னது ஞாபகத்துக்கு வந்தது.

இப்படித்தான் உடல் குளிரால்...

ரமேஷ் சசியின் இரு கைகளையும் தன் கைகளால் நன்கு தேய்த்து தடவி குளிரை விரட்ட முயற்சித்தான்..

குளிரின் தாக்கத்தால் நடுங்கிக் கொண்டு இருந்த சசியின் முகத்தையும் தன் கைகளால் தேய்த்து சூடு உண்டாக்கினான்..

லேசாக நடுக்கம் குறைவது தெரிய இப்போது ரமேஷிற்கு

சசியின் அண்மை மனதில் லேசாக ஒரு மாற்றம் தருவது புரிந்தது.அந்த கதகதப்பான சூடு அவன் உடலில் சில மாற்றங்களை உருவாக்குவதை உணர முடிந்தது.முகத்தில் இருந்து கையை எடுத்தான்..

"ரமேஷ்.. இன்னும் கொஞ்சம் தேய்..ஐ ஃபீல் பெட்டர்" என்றாள் சசி-- மெல்லிய நடுக்கத்துடன்..

"ஒரு நிமிஷம்.." என்று சொல்லி ஹீட்டர் டெம்பரேச்சர் சற்று கூட்டினான்..பின்னர் சசியின் கை, முகம் தன் கைகளால் தேய்த்து சூடு செய்ய...அவனையும் அறியாமல் மனம் நழுவுவதை உணர முடிந்தது..எங்கே தவறு செய்து விடுவோமோ என்று அச்சம் படர்ந்தது.அதற்குள் சசியின் நடுக்கமும் நின்று இருந்தது..

இப்போது சசி தன் கைகளால் ரமேஷின் கைகளை தேய்த்து கொண்டு இருந்தாள்..

அவளும் அதை விரும்புவது போல் பட்டது ரமேஷீக்கு..

"ஒரு நிமிஷம்"

கைகளை விடுவித்து கொண்டு வந்தவன் பேக்கில் இருந்த ஒரு மாத்திரை எடுத்து விழுங்கினான்..

"ஏய்.. ரமேஷ்..என்ன மாத்திரை?-- திடீர்னு இந்நேரத்தில்?"

அவள் குரலில் தொனித்தது சந்தேகமா அல்லது அச்சமா அல்லது கிண்டலா என்று ரமேஷால் உணர முடியவில்லை..

எழுந்து அருகில் வந்தாள்..

"எதுக்கு அந்த மாத்திரை?"

"உண்மையை சொல்லட்டுமா?"

"உங்கிட்ட எனக்கு பிடிச்சதே அதுதான்"

"இது புதுசா வந்திருக்கிற செக்ஸ் ஃபீல் கண்ட்ரோல் பண்ற மாத்திரை.. எப்படி BP, சுகர் ஏறறது தெரிஞ்சா உடனே ஒரு மாத்திரையை போட்டு கிட்டா அது கண்ட்ரோல் ஆகுதோ அது மாதிரி இந்த மாத்திரையை போட்டு கிட்டா மனசுல அந்த ஃபீலை உருவாக்கற ஹார்மோன்கள் சுரக்கிற கெமிகலை இந்த மாத்திரை நியூட்ரல் பண்ணிடும்.

அதனால அந்த செக்ஸ் ஃபீல் நீர்க்குமிழி மாதிரி உடைஞ்சு காணாம போயிடும்..நம்ம சராசரி மனுஷங்க தானே.. எல்லா நேரத்துலயும் நம்ம மனக் கட்டுப்பாடு நம் உடல் உணர்வுகளை ஜெய்ச்சிடும்ணு சொல்ல முடியாது. சந்தர்ப்ப சூழலில் சில சமயம் அதுவும் ஜெயிக்கலாம்-- ஏன்னா இது மாதிரி தவறு பண்ற பெரும்பாலோர் திட்டம் இட்டு பண்றதில்லை.. பல சமயங்களில் தவறு நடக்க முக்கிய காரணமா சூழ்நிலை அமைஞ்சிடுது.. ஆனா, இப்படி ஒரு சலனம், எண்ணம் வர்றது ஒவ்வொரு மனுஷருக்கும் தெரியும்.. அந்த எச்சரிக்கை மணி அடிச்சதும் ஒரு மாத்திரையை போட்டு கிட்டா ஒரே நிமிஷத்தில.. அந்த எண்ணம் விலகிடுமாம்.. ஏன் நம்ம ஒழுக்கத்தை காப்பாற்ற அறிவியல் தர்ற மாத்திரையை யூஸ் பண்ணிக்க கூடாது.. தவறு செஞ்சிட்டு வாழ் நாள் முழுதும் குற்ற உணர்ச்சியோடு வாழறதை விட இது பெட்டர் இல்லையா?"

"சூப்பர் ரமேஷ்.. எனக்கும் ஒரு மாத்திரை கொடு"

வாங்கி சாப்பிட்டாள் சசி..

ரமேஷ் சூடாக காபி போட இருவரும் பேசிக் கொண்டு இருந்தார்கள்..

அதற்குள் சசியின் மொபைல் ஒலிக்க

"உங்கள் ரூம் ஹீட்டர் சரி செய்யப்பட்டது"

என்றது ரிசப்ஷன் குரல்.

இருவரும் ரமேஷ் அறையை விட்டு வெளியே வந்து சசியின் அறையில் நுழைய... மிதமான சூடு ஹீட்டர் உயிர் பெற்று இருந்ததை உணர்த்தியது...

"ஓகே.. குட் நைட் சசி அக்கா"என்றவாறே வெளியே வந்த ரமேஷிற்கு வானம் இருண்டு இருந்தாலும் நெஞ்சில் வெளிச்சம் பரவி இருந்தது.

பின் குறிப்பு: விஞ்ஞானம் கொண்டு எண்ணற்ற மாற்றங்களை மனிதர்கள் மனதில்-- உடலில் உருவாக்க

முடியும் என்று நம்புகிறேன்..

ஒரு படத்தின் கதை...

கதை 1:

நடராஜன் சிறைச்சாலை விட்டு வெளியே வந்தார்.

7 ஆண்டுகள் ஏறக்குறைய 15 வயது அனுபவத்தையும் தோற்றத்தையும் கூட்டி இருந்தது.

வாசலில் மகன் ரமேஷ் ஸ்கூட்டர் வைத்து காத்து இருந்தான்.

ஏறினார்.

"போலாம்பா"

ஸ்கூட்டர் சில கிலோமீட்டர் பயணித்து நகரின் ஒதுக்குப்புறமாக இருந்த ஒரு சிறு தார்சு கட்டிடத்தின் முன் சென்று நின்றது.

வாசலில் நின்று இருந்த மனைவி பார்வதி கண்ணில் கணவரைப் பார்த்ததும் தண்ணீர் தானாகவே வந்தது.

"அதான் வந்துட்டேன்ல" என்று சமாதானம் கூறியவாறே உள்ளே நுழைந்தார்.

சிறு ஹால்..எட்டுக்கு எட்டு சமையலறை.ஒரு சிறு பெட்ரூம்.

செங்கல் சூளை வைத்து இருந்த போது இருந்த பெரிய வீடும் பரந்த 20 சென்ட் இடமும் ஞாபகத்துக்கு வந்தது. பார்வையில் அந்த படம் பட்டது.

"ரமேஷ்.. அந்த பாழாப்போன படத்தை ஏன் இங்க வச்சிருக்கே?-- அதால நாம் பட்ட பாடு.. அந்த கருமத்தை விட்டு எறி"

என்ற மனைவி பார்வதி குரல்...

20 ஆண்டுகளுக்கு முன்பு நடந்தது நினைவுக்கு வந்தது.

"உங்கள் செங்கல் சூளையில குழந்தை தொழிலாளர்கள், கொத்தடிமைகள் வச்சி இருக்கீங்களாமே?"

அரசு அதிகாரிகள் கேள்வி உடன் நின்றார்கள்.

"யாரோ பொய் சொல்லி இருக்காங்க சார்.அப்படி எல்லாம் எதுவும் கிடையாது ஸார்"

"அப்ப இந்த போட்டோவுக்கு என்ன சொல்றீங்க?"

ஒரு சிறு பெண் தலைக்கு துணி கட்டி செங்கல் உடைப்பது படத்தில் தெரிந்தது.

"ஸார்.. இந்த போட்டோ பொய்"

அதற்குள் சில அதிகாரிகள் உள்ளே போய் படத்தில் இருந்த குழந்தை உடன் வந்தார்கள்.

அந்த சிறு பெண் போட்டோவைப் பார்த்ததும்,

"அய்.. நான் படத்துல நல்லா இருக்கேன்ல" என்று சந்தோஷமாக பேசியது பூகம்பம் ஆனது நடராஜன் வாழ்க்கைக்கு..

கொத்தடிமைகள் வைத்து இருந்தது, குழந்தை தொழிலாளர் வைத்து இருந்தது என்று சில வழக்குகள் பதியப்பட்டு, 14 வருடங்கள் சொத்தை விற்று வாதாடி முடிவில் 7 ஆண்டுகள் தண்டனை பெற்று...

"பார்வதி.. அந்த படத்தில் தப்பு என்ன இருக்குது? தப்பு நம்ம செயல்ல இருந்தது.சுதந்திரங்கறது எவ்வளவு பெருசுங்கறது சிறைச்சாலை தான் புரிய வச்சது.எத்தனை பேர் சுதந்திரத்தை பறிச்சேன்- வேலை தர்றேங்கற பேர்ல கொத்தடிமைகளா அவங்க வறுமையை பயன்படுத்தி. இன்னிக்கு நம்ம மதன் மேல்படிப்பு படிக்க முடியலையேன்னு துடிக்கிற மனசு அன்னிக்கு சின்னஞ்சிறு குழந்தைகள் படிக்க அனுப்பாம வேலைக்கு வச்சிட்டது எவ்வளவு தப்புன்னு புரியுது.அந்த படம் இருக்கட்டும்..நம்ம காலப்போக்கில் நம்ம தப்பை மறந்துடக் கூடாதுல்ல.." என்றவர் 'அந்த ஒரு படம் பேப்பரில் வராம இருந்து இருந்தா நம்ம வாழ்க்கை இப்படி மாறி இருக்காது' என்று நினைத்து கொண்டார்.

ജ്ഞ

கதை 2:

மாவட்ட ஆட்சித் தலைவர் என்று கல் பதிக்கப்பட்டு இருந்த அந்த அரசு குவார்ட்டர்ஸில்...

உள்ளே ஒரு சராசரி நடுத்தர வர்க்கம் வீட்டு அமைப்பில் இருந்தது உட்புறம்.

"இன்னொரு இட்லி வச்சிக்கம்மா" என்ற அம்மாவிடம்

"இல்லை.போதும்மா" என்று சொன்னவாறே கைகழுவிய அமுதா இருபதுகளின் பிற்பாதியில் இருந்தார்.

கார் ஹாரனும் அதைத் தொடர்ந்து கேட் திறக்கப்படும் சத்தமும் கேட்க, "அவங்க வந்துட்டாங்க." என்றவாறே அமுதாவும் அவர் பெற்றோர்களும் வாசலுக்கு வந்தார்கள்.

காரில் இருந்து முப்பது வயது இளைஞர் ஒருவர் உடன் இருவர் இறங்கி உள்ளே வர,

அமுதாவும் பெற்றோர்களும் "வணக்கம்" கூறி வரவேற்றார்கள்.

ஓரிரு வரி ஆரம்ப பேச்சுக்கள் முடிய, வந்தவர்கள் நேரடியாக விஷயத்துக்கு வந்தார்கள்.

"எங்களுக்கு ஒரே பையன் சரவணன். கலெக்டர் ஆஃபிஸ்ல கலெக்டர் கூட்டுன பிசினஸ் மீட்டிங்ல சில சமயங்களில் கலெக்டரை அதான் உங்க மகள் அமுதாவை பார்த்து பேசுனதுல உங்கள் மகளை கல்யாணம் பண்ணிக்க விருப்பம் தெரிவிச்சு இருக்கான்.அதுக்கு அமுதா உங்களை வந்து பார்த்து பேசச் சொன்னதால் சம்பந்தம் பேச வந்து இருக்கோம்"

"அமுதா எல்லாத்தையும் சொன்னா.நீங்க பெரிய பிசினஸ் புள்ளி ங்கறதையும் சொன்னா.கலெக்டர் குடும்பங்கறதாலே நீங்க எங்களை பெரிசா நினைச்சுடக் கூடாது-- வசதி வாய்ப்புகள் இருக்கும்னு.. நாங்க கூலித் தொழிலாளர்களா தான் வாழ்ந்தோம்.அரசு இலவச ஹாஸ்டல்ல தங்கி படிச்சு தான் அவ சுயமுயற்சியில கலெக்டரானா. சம்பளம் தவிர வேற வருமானம் கிடையாது.எங்களுக்கும் அவளை விட்டா வேற இடம் கிடையாது.இது தான் எங்க நிலமை"

ஒரு கணம் மௌனம் நிலவியது.

"ஐயா.. எங்களுக்கு ஏராளமான சொத்து, பிசினஸ் இருக்குது. அதனாலே எங்களுக்கு அமுதா மருமகளா வந்தா போதும்.. நீங்க கூட இருந்தா அவங்களுக்கு சப்போர்ட்டா தான் இருக்கும்..ஏன்னா நாங்க பெரும்பாலும் எங்க மும்பை வீட்டுல தான் இருப்போம்- அங்க இருக்கிற பிசினஸ் பாத்துட்டு"

இருபுறமும் பேச்சு திருப்தி அளிக்க,

"ஒரு நல்ல நாள் பார்த்து கல்யாண தேதி முடிவு பண்ணலாம்"என்று பேசி, காபி டம்ளரை கையில் ஏந்தியவாறே அமுதா முன்னால் போக சரவணன் பின்னால் நடந்தவாறே ஷோகேஸில் இருந்த பட்டம் பெற்ற படம், போட்டியில் வெற்றி கோப்பை வாங்கிய படம் என்று கண்ணில் பட்டதை பார்த்து கேட்டு கொண்டே வர, அமுதா பதில் சொல்லிக் கொண்டே வர, அந்த படம் கண்ணில் பட்டது.

"இது என்ன ஒரு சிறு பெண் குழந்தை தொழிலாளி செங்கல் உடைக்கும் படம்..எனி ஸ்கூல் டிராமா?"

"நோ நோ..இது ஒரு ரியல் பிக்சர்.என்னோட வாழ்க்கையையே புரட்டிப் போட்ட படம்.

இந்த படத்தில இருக்கற பொண்ணு நான் தான். எங்கப்பா வேலை செஞ்ச-- கொத்தடிமையாக வேலை செஞ்ச செங்கல் சூளையில நான் குழந்தை தொழிலாளியா வேலை செஞ்சப்ப எனக்கே தெரியாம யாரோ ஒரு சமூக ஆர்வலர் எடுத்து பத்திரிகையில் கட்டுரையோடு வந்த படம்.அதைப் பார்த்துட்டு அரசாங்க அதிகாரிகள் வந்து எங்களை மீட்டு, என் விருப்பம் கேட்டு நான் படிக்க ஆர்வம் காட்டுனதாலே, என்னை அரசு விடுதியில் தங்க வைச்சு படிக்க வச்சு... அப்படி படிச்சு தான் நான் இன்னிக்கு கலெக்டரா வந்து இருக்கேன்.இதுல ஒரு விஷயம் என்னன்னா இந்த படத்தை எடுத்த - நபரை இன்னிக்கு வரை நான் பார்த்தது இல்லை. ஒரு வேளை இந்த படம் எடுக்கப்படாம இருந்து இருந்தா.. இப்ப ஒரு வேளை நான் எங்கியாவது கூலித் தொழிலாளி ஆக வேலை செய்துகிட்டு கூட இருக்கலாம்..ஹௌ நோஸ்?"

சொல்லும் போதே கடந்த கால நிகழ்வுகள் கண்ணில் வர லேசாக கண்ணீர் எட்டிப் பார்த்தது.

"ஓ..வாவ்.. என்ன ஒரு அச்சீவ்மென்ட்..

ரியலி சூப்பர் அமுதா..கங்கிராட்ஸ்"

என்று கை நீட்டிய சரவணன் கையை இறுகப் பற்றினார் அமுதா ஆனந்தத்துடன்..

൭

இருகதையை ஒரு கதை ஆக்கும் இணைப்பு கதை..

"இந்தாங்க.. அரசு கையகப்படுத்திய உங்க சொத்து பத்திரம்."

கலெக்டர் தர கையில் வாங்கிக் கொண்டு மகிழ்ச்சியில் நெகிழ்ந்து,

"எங்க குடும்பத்துக்கு இது இப்ப ரொம்ப உதவியாக இருக்கும்.அரசு கையகப்படுத்துன உங்கள் தொழிற்சாலை இடத்தை இப்ப நீங்க நீதிமன்றம் விதிச்ச தண்டனையை அனுபவிச்சு முடிச்சுட்டாலே திரும்பப் பெறலாம்னு வக்கீல்கள் சொன்னதாலே கடந்த 2 வருஷமா கலெக்டர் ஆபிஸுக்கு நடையா நடந்தேன்.. ஒன்னும் வேலையாகலை. நீங்க வந்த பிறகு தான் "புது கலெக்டர் சரியான நடவடிக்கை எடுத்து மக்களுக்கு ஆவன செய்யறாங்க" ன்னு மக்கள் சொன்னதாலே திரும்ப வந்தேன்.நீங்களும் செஞ்சு கொடுத்தீங்க..

ரொம்ப நன்றிங்கம்மா"

பத்திரத்தை கையில் பிடித்தவாறே நடந்த நடராஜனின் கண்ணில் பட்டது அந்த படம்.. கால்கள் தானாக நின்றன.. இங்கு எப்படி இந்த படம்? வினாவுடன் திரும்ப,

"ஏன் பெரியவரே அந்த படத்தை பார்த்து நின்னுட்டீங்க?"

"இப்ப நீங்க எனக்கு திருப்பிக் கொடுத்தீங்களே அந்த பத்திரம் இந்த படத்துல இருக்கற செங்கல் சூளை இருந்த இடப் பத்திரம் தான்"

ஒரு கண அமைதிக்கு பிறகு அமுதா,

"அந்த படத்தில இருக்கற பொண்ணு நான் தான்" என்று கூற, நடராஜன் திகைத்து பிறகு சுதாரித்து, சந்தோஷித்து,

"என் சிறைவாசம் பலரோட வாழ்க்கையில் வெளிச்சம் தந்து இருக்கறதைப் பார்க்கறப்ப இப்ப எனக்கு அது ஒரு சந்தோஷமான விஷயமா தான் தெரியுது" என்றார் நெகிழ்வுடன்.

"அதே இடத்தில் உங்கள் மகன் ஆரம்பிக்கிற ஃபேக்டரி திறப்பு விழாவுக்கு கூப்பிடுங்க.அவசியம் வர்றேன்" என்றார் அமுதா.

சூழல்..

ரமேஷ் சிறையை விட்டு வெளியே வந்தான். எங்கே செல்வது? என்ற கேள்வி எழுந்தது.

வீட்டுக்கு போகலாமா?..

போகலாம். வீட்டின் முதல் போர்ஷன் அவனுடைய பாகத்துக்கு வந்த பூர்வீக சொத்து. யாரும் எதுவும் சொல்ல முடியாது. அண்ணன் பார்த்தாலும் ஒன்றும் பேச மாட்டார். நீ யாரோ? நான் யாரோ? என்று போய்க் கொண்டே தான் இருப்பார். அண்ணி குழந்தைகளை இந்த பக்கம் வராதபடி கவனமாக பார்த்துக் கொள்வார். ஜாடைமாடையாக சில கிண்டல், குத்தல் வார்த்தைகள் கூட வரலாம். ஆறு மாதம் சிறைவாசம் அனுபவித்து விட்டு வெளியே வந்து நேராக வீட்டுக்கு போய் ஏன் தேவையில்லாமல் சங்கடத்தை எதிர் கொள்ள வேண்டும்.

சிறையில் இருந்த நண்பன் சொன்னது ஞாபகம் வந்தது.

"நீ எப்ப வேணும்னாலும் என் ரூமுக்கு போய் இருந்துக்கு ரமேஷ்.

சாவி வெளிக்கதவுக்கு மேலே தான் வச்சிருக்கேன். கட்டில், ஃபேன் கூட இருக்கு. போகும் போது பூட்டி சாவியை அங்கேயே வச்சிடு'.

அந்த ரூமை கண்டு பிடித்து உள்ளே போய்

மின்விசிறியை போட்டு படுத்தவனுக்கு பழைய சம்பவங்கள் படமாக ஓடியது.

ജ്ജ്ജ്

"ஏன்டா.. எங்க போயிட்டு வர்றே?"

அண்ணனுக்கு உண்மை தெரிந்து விட்டது என்பது கேள்வி கேட்கப்பட்ட விதத்திலேயே புரிந்து விட்டது ரமேஷுக்கு.

"சினிமாவுக்கு"

"காலேஜுக்கு படிக்க அனுப்பிச்சா கட் அடிச்சுட்டு படம் பார்த்தா உருப்படியாவியா? அப்பா இருந்து இருந்தா படிக்க வச்சிருப்பாங்கன்னு நீ நினைச்சிடக் கூடாதேன்னு தான் நான் இவ்வளவு கஷ்டத்துலயும் உன்னை படிக்க வைக்கிறேன். ஆனா நீ பொறுப்பு இல்லாம சுத்தறே?"

"எனக்கு படிப்பு வரமாட்டேங்குது.பிடிக்கலை."

"படிக்காம ஊர் சுத்துனா?... ஒரு டிகிரி இல்லைன்னா பியூன் வேலை கூட கிடைக்காது.என்னமோ பண்ணு"

ஊஊ

"ஏன்டா..இவ்வளவு லேட்"

"பிரெண்டுங்களோட பேசிட்டு இருந்தேன்."

"வேலை என்னாச்சு?"

"தேடிட்டு இருக்கேன்"

"டிகிரியே முடிக்கலை.கலெக்டர் வேலையா கிடைக்கும்." அண்ணி முணுமுணுத்தது காதில் விழுந்தது.

"நேத்து ராத்திரி குடிச்சிட்டு வந்தயாமே?"

"அது வந்து...பிரெண்டோட பர்த்டே. அதான்"

"தறுதலை பசங்களோட சேர்ந்து குடிச்சு கும்மாளம் போடறதுக்கு எல்லாம் நான் சோறு போட முடியாது."

"இல்லைண்ணா.வந்து..."

"டேய்..நீ எதுவும் பேசாதே.படிக்கத்தான் முடியலை. ஒழுக்கமா இருக்கக் கூடவா முடியாது? நீ தேறுவேங்கற நம்பிக்கையே முழுசா போயிடிச்சிடிச்சி.போடா"

அண்ணன் திட்டியது மனதில் அதிக பாரம் கூட்ட, பாரம் இறக்கி வைக்க நண்பர்கள் உடன் சேர, குடி ரமேஷுடன் குடித்தனம் நடத்த ஆரம்பித்தது.

ஊ௸

நட்பு என்பது மனிதர்கள் வாழ்வில் மகத்தானது.அப்பா, அம்மா, கணவன், மனைவி, குழந்தை என்று எல்லா உறவுகளும் நாமாக அமைத்துக் கொள்வதில்லை.ஆனால் நட்பு ஒன்று மட்டும் தான் நாம் நம் சுயவிருப்பத்தின் பேரில் அமைத்துக் கொள்ளும் ஒன்று.

அதை நல்லவிதமாக அமையப் பெற்றவர்கள்-- அமைத்துக் கொண்டவர்கள் எத்தனை கஷ்டங்களையும் எதிர் கொள்ளும் ஆற்றலை, உதவியை பெறுகிறார்கள்.மாறாக நட்பை அமைத்துக் கொண்டவர்கள் தங்கள் வாழ்க்கையை மகிழ்ச்சியை இழக்கவே செய்கிறார்கள்.

ரமேஷ் நண்பர்கள் சிலர் எளிய முறையில் பணம் சம்பாதிக்க சில குறுக்கு வழிகளுக்கு ரமேஷை வழிகாட்ட,

அதன் விளைவாக போலீஸ் வீடு தேடி வந்த நாளில் அண்ணன் சொன்னது ஞாபகம் வந்தது.

"போலீஸ் தேடிட்டு வர்ற லெவலுக்கு வந்துட்டே.

நீ இனி உருப்படவே மாட்டே.உன்னோட பாக சொத்தை நாளைக்கே கிரயம் பண்ணி வச்சிடறேன் உனக்கு.இனி நீ யாரோ? நான் யாரோ?"

அண்ணன் சொன்னதை அடுத்த நாளே செயலில் செயல்படுத்தினார்.

ரமேஷுக்கு பழைய நினைவுகள் மறைய அப்படியே தூங்கி போனான்.

ஊ௸

ரமேஷ் எழுந்த போது இருட்டி இருந்தது.

மணி பத்தை நெருங்கிக் கொண்டிருந்தது.

"ஐயையோ.. டாஸ்மாக் மூடிட்டா என்ன செய்வது?"

அவசரமாக எழுந்து ரூமை பூட்டி சாவியை வைத்து விட்டு ஓடினான்.அதற்குள் கடைகள் மூடி இருக்க அவனுக்கு அவன் மீதே கோபம் கோபமாக வந்தது.ஆறு மாசத்துக்கு அப்புறம் இன்னிக்காவது ஜாலியா இருக்கலாம்னு நினைச்சா... சிறையில் வேலை செய்ததற்கு கிடைத்த பணம் கொஞ்சம் பாக்கெட்டில் இருந்தது.சிறைக்கு போனதும் பழைய நண்பர்கள் சிதறிப் போனார்கள்.ஒருவர் கூட ஒரு நாள் கூட வந்து எட்டிக் கூட பார்க்கவில்லை.

அருகில் இருந்த கடையில் கிடைத்ததை சாப்பிட்டான்.

'என்ன செய்யலாம்?

ஏன் வீட்டுக்கு போகக் கூடாது? ' என்று யோசித்து கொண்டு இருக்கும் போதே அங்கு போகும் பஸ் வர, ஓடி ஏறினான்.

பஸ் ஸ்டாப் வரும் போது ஏறக்குறைய பஸ் காலியாகி இருந்தது. அதே ஸ்டாப்பில் முன் படிக்கெட்டு வழியாக ஒரு பெண் இறங்கியதும் அவள் கழுத்தில் இருந்த தங்க செயினும் ரமேஷ் கவனத்தை ஈர்த்தது.பஸ் போய் விட, பஸ் ஸ்டாப் மற்றும் பாதை ஆளரவம் இல்லாமல் இருந்தது.

பஸ்ஸில் இருந்து இறங்கிய பெண் இருளில் தயங்கி நின்று கொண்டு இருந்தாள்.

"யாரும் இல்லை.செயின் 4, 5 பவுன் வரும்.ஏதேனும் வேலை கிடைக்கும் வரை சமாளிக்க உபயோகமாக இருக்குமே"

சிந்தனை எழுந்தது.

மனித மனம் இப்படித்தான்.ஆரம்பத்தில் மானம், மரியாதை, மனசாட்சி ஆகியவை குற்றம் புரிய விடாமல் தடுக்கும். ஆனால் அதை மீறி ஓரிரண்டு முறை தவறு செய்து விட்டால் மனம் தவறுகளுக்கு தானே நியாயம் கற்பித்துக் கொள்ளும்.

அந்த பெண்ணை நோக்கி சுற்றும்முற்றும் பார்த்தவாறே நடந்தான்.யாரும் இல்லை.

அருகில் செல்ல அந்த பெண்ணும் ரமேஷை பார்த்து விட்டாள்.

செயினை அறுத்துக் கொண்டு ஓடி விடலாமா? கண்டிப்பாக இந்த முக்கால் இருட்டில் அடையாளம் கண்டு பிடிக்க முடியாது.

ரமேஷ் அப்பெண்ணின் அருகில் சென்று...

"அண்ணே.."

அந்த பெண் அழைத்தாள்.தன்னைத் தானா? ரமேஷுக்கு சந்தேகம் வந்தது.ஆனால் அங்கு வேறு யாரும் இல்லை.

"அண்ணா.உங்களைத் தான்.வழியில தெரு நாய்கள் பிரச்சினை.கொஞ்சம் துணையா வீடு முடிய கொண்டு வந்து விட முடியுமா?"

ரமேஷுக்கு என்ன செய்வது என்றே தெரியவில்லை.

அப்பெண் முன்னால் நடக்க தானாகவே உடன் நடந்தான்.

"என்ன வேலை பார்க்கறீங்க? உங்களை ஒன்னு ரெண்டு தடவை பார்த்து இருக்கிறேன்.ரங்கநாதன் தெருவிலதானே இருக்கீங்க?"

"வேலை ஒன்னும் இல்லை.இன்னிக்கு காலையில் தான் ஜெயிலில் இருந்து வந்தேன்."

ஏனோ தானாகவே உண்மை வெளியே வந்தது.

அப் பெண் பெரிதாக அதை எடுத்து கொண்டதாகத் தெரியவில்லை.

"சீக்கிரம் ஏதேனும் ஒரு வேலை செய்ய ஆரம்பிச்சிடுங்க. சும்மா இருந்தா தேவையில்லாத சிந்தனைகள் வரும்.தப்பு செஞ்சவங்க எல்லாம் சிறைக்கு போறதில்லை.சிறைக்கு போனவர்கள் எல்லாம் குற்றவாளிகளாகவே வாழணுங்கறது இல்லை.ஆனா தப்பை நியாயப்படுத்த ஆரம்பிச்சிட்டா அதுக்கு அப்புறம் அது புதைகுழி தான்."

"உங்கிட்ட ஒரு உண்மையை சொல்லட்டுமா? ஒரு செகண்ட் உன்னோட செயினை அடிக்கலாம்னு தான்..."

"சந்தர்ப்ப சூழ்நிலை தான் மனிதர்களை உருவாக்குது... அதை விடுங்க.உங்க கிட்டே ஆட்டோ ஓட்ட லைசென்ஸ் இருக்கா?"

2 ஆண்டுகளுக்கு முன்பு எடுத்தது ஞாபகம் வந்தது. ஆனால் ஓட்டவில்லை.

"இருக்கும்மா"

"எங்கப்பா இறந்து ஒரு வருஷம் ஆகுது.அவர் ஞாபகமா இருக்கிறதை விக்க மனசு வரலை.வீட்டுல சும்மா தான் நிக்குது.

உண்மையிலேயே நாமும் இந்த சமூகத்தில் ஒரு நல்ல மனிதனா வாழணும்னு நினைச்சா காலையில் 8 மணிக்கு இங்கே வாங்க."

வீடு வந்து இருக்க ரமேஷ் "சரிம்மா.யோசிக்கிறேன்" என்றான்.

மறுநாள் காலை 8 மணி...

ரமேஷ் அந்த வீட்டின் காலிங் பெல் அடிக்க ஒரு ஆண் வந்து கதவை திறந்தார்.

"வாங்க.." என்றவாறே "வித்யா..நீ சொன்னவர் வந்துட்டார்" என்று குரல் கொடுத்தார்.அடுத்த சில நிமிடங்களில் வித்யா கையில் காபி டம்ளர் உடன் வந்தார்.

"நேற்று அவர் நைட்ஷிப்ட்.. அதனால் தான் உங்களை துணைக்கு வரச் சொல்ல வேண்டி வந்தது.அதுவும் நல்லதா அமைஞ்சது"

காபியை குடித்து விட்டு வெளியே வந்து பார்க்க, ஆட்டோ துடைத்து ரெடியாக இருந்தது.

"தங்கச்சி... அப்படி கூப்பிடலாமா?.."

"தாராளமா"

"எப்படி என்னை நம்பி, கூட வீட்டு முடிய துணைக்கு வர முடியுமான்னு கேட்டீங்க?"

"நாம் ஒருத்தர் மேல நம்பிக்கை வச்சி ஒரு காரியத்தை செஞ்சா அவங்க எப்படிப்பட்டவங்களா இருந்தாலும் அதை உடைக்க விரும்ப மாட்டாங்க.ஏன்னா முழுக்க நம்பறவங்களை ஏமாற்ற துணியறவங்க ரொம்ப ரொம்ப கம்மி.ஆனால் நம்பாதவர்களை ஏமாத்தறது தான் ஈஸி. அதிகம்..உறுதியான நம்பிக்கை என்னிக்கும் தோத்ததா சரித்திரமே இல்லைன்னு நினைக்கிறேன்.ஒரு நிமிடம் இருங்க.அப்பா தைச்சு போடாத காக்கி சட்டை இருக்கு. போட்டுட்டு சவாரியை ஆரம்பிங்க."

காக்கிச்சட்டை அணியும் போது தான் புது பிறப்பு எடுத்ததாகவே தோன்றியது ரமேஷிக்கு.

ജ്ഞ

பின் குறிப்பு:

ஆறு மாதங்களுக்கு பிறகு ஒரு நாள்..

ஆட்டோவை வாசலில் நிறுத்தி விட்டு உள்ளே வந்தான் ரமேஷ்.

"டேய் ரமேஷ்.."

அண்ணன் குரல்.

"சொல்லுண்ணே"

"கை கால் கழுவிட்டு வீட்டுக்கு வாடா.இன்னிக்கு விநாயகர் சதுர்த்தி..

கும்பிட்டுட்டு சாப்பிடலாம்.இப்ப தான்டா எங்கே அப்பா இல்லாத பையன் வீணா போக நான் காரணமோங்கற மன வேதனை போய் நீயும் ஒரு நல்ல மனிஷனா வாழறதை பார்த்து நிம்மதியா இருக்கு"

என்றார்.

விழிகள் சொல்லும் கதைகள்..

அவர்கள் இருவரும் தயங்கி தயங்கி அந்த வீட்டின் முன் நின்றார்கள்.

"அண்ணா... இதுதான். பெல் அடிக்கட்டுமா?"

3 மாதம் வளர்ந்த தாடியும் ஒழுங்காக வாரப்படாத தலையும்

சற்றே அழுக்கு உடன் இருந்த கசங்கலான வேட்டியும் வெற்றிலை பாக்கு போட்டு போட்டு காவியேறிய பற்களுடன் ஒடிசலான தேகத்துடன் இருந்த நபர் சற்றே தயக்கத்துடன்..

"சரி ரமேஷ்" என்றான்.

ரமேஷ் காலிங் பெல்லை அடிக்க...

"ஏண்ணா...யாரோ பெல் அடிக்கறா... சித்த யாருன்னு பாருங்களேன்" என்ற குரலை தொடர்ந்து, நடுத்தர வயது உள்ள நபர் ஒருவர் மெதுவாக கதவு அருகே வந்து கதவு கம்பிகள் வழியே தெரிந்த இருவரையும் பார்த்து... தெரியாத முகங்கள் என்பதால் சற்றே லேசாக கதவைத் திறந்தவாறே..

"யார் நீங்க? யாரைப் பார்க்கணும்?" என்றார்.

"சாமி.ரங்கநாதர் நீங்க தானே..நாங்க மேட்டுப்பாளையம் பக்கம் உள்ள நடுரைச் சேர்ந்தவங்க."

ஒரே கணத்தில் முகம் மலர்ந்து..

"வாங்க.. உள்ள வாங்க" என்று கதவை முழுமையாக திறந்து..

"சாமி நாங்க புழங்கற ஜாதி இல்லை." என்றனர் தயங்கியவாறே.

"நாங்க அதை எல்லாம் பார்க்கிறது இல்லை. உள்ளே வாங்கோ."

இருவரும் உள்ளே வந்து ஷோபாவின் நுனியில் அமர்ந்தார்கள்.

ஹாலில் ரங்கநாதர் போட்டோவில் சயனித்துக் கொண்டு இருந்தார்.

"ஒரு நிமிஷம் உக்காருங்கோ.வந்துடறேன்" என்றவர் "லலிதா"என்று கூப்பிட்டவாறே உள்ளே செல்ல, சோபாவில் உட்கார்ந்து இருந்த ரவி க்கு நினைவுகள் 3 மாதம் பின்னோக்கி போனது.

ര൙ഇ

தகவல் கேட்டதும் ரவிக்கு இதயத்தை சம்மட்டியால் அடித்தது போல் இருந்தது.

"ஐயோ" என்று வாய்விட்டு கதறியவன் சைக்கிளை எடுத்துக்கொண்டு வேகமாக மிதித்தான்.

"சுடலைமாடா..உனக்கு மொட்டை போடுறேன். என் பொண்ணுக்கு ஒண்ணும் ஆகி இருக்கக் கூடாது"

மனதுக்குள் அழுதவாறே வேகமாக சைக்கிளை மிதித்தான்.

வீடு இருந்த பகுதியை நெருங்க நெருங்க கூட்டம் அதிகமாக இருக்க, பலரும் பதட்டத்துடன் அங்கும் இங்கும் ஓடிக்கொண்டிருந்தார்கள்... ரவி வீட்டை நெருங்க, வீடு அருகில் இருந்த ராட்சத கருங்கல் காம்பவுண்ட் சரிந்து விழுந்ததால், கருங்கல் குவியலுக்கு மத்தியில் வீடு காணாமல் போய் இருந்தது. முதல் நாள் மாலை தொடங்கிய மழை இன்னமும் இலேசாக தூறிக்கொண்டிருந்தது. தம்பி ரமேஷ் அண்ணனை பார்த்ததும் அலறினான்.

"அண்ணே! செல்வி செத்துட்டா.பொணத்தை ஆஸ்பத்திரிக்கு எடுத்துட்டு போயிட்டாங்க. நம்ம நிர்மலாக்கு என்னாச்சுன்னே தெரியலண்ணே".

மனைவியை பறிகொடுத்த தம்பிக்கு ஆறுதல் சொல்லக் கூட முடியாமல் மகள் இருக்கிறாளா இறந்துவிட்டாளா என்பதே தெரியாமல்..

தவிப்புடன் இருவரும் கற்களை அகற்றினார்கள். கற்குவியல் அப்புறப்படுத்தப்பட உள்ளே 16வயது நிர்மலா பிணமாக கிடந்தாள். உடலின் பல பாகங்களில் சேதம் செய்திருந்த அந்த கற்கள் முகத்தை மட்டும் இடைவெளியில் சேதாரம் இல்லாமல் காப்பாற்றி இருந்தன.

"ஐயோ! என் சாமி..."

ரவியின் அலறல் அந்த அந்தப்பகுதியில் இருந்தவர்களின் நெஞ்சைப் பிளந்தது. நப்பாசையுடன் ரமேஷ் மூச்சு இருக்கிறதா என்று பார்க்க அது முழுமையாக நின்று போய் இருந்தது.

"ஐயோ தம்பி மோசம் போய் விட்டோமே!.."

"அண்ணே.. அம்மா இல்லாத பொண்ணை இங்கே உடு. நான் பள்ளிக்கூடம் அனுப்பி நல்லா கவனிச்சிக்கிறேன். எங்களுக்கும் குழந்தை இல்லை- அப்படின்னு சொன்னேன். ஆனா இப்ப பொணமா தானே கொடுக்கிறேன். நாம என்ன பாவம் செஞ்சமோ?..தாங்க முடியலேண்ணே!"

அதற்குள் அரசு அதிகாரிகள் சிலர் வந்து இருக்க நிர்மலாவின் உடலை எடுத்துக்கொண்டு ஆம்புலன்ஸ் நோக்கி சென்றார்கள்.

"அண்ணே ஆஸ்பத்திரியில போஸ்ட்மார்ட்டம் பண்ணி தான் உடம்ப கொடுப்பாங்களாம்."

இருவரும் எழுந்தார்கள். பல வீடுகள் காணாமல் போயிருந்தன. பலரும் பரிதவித்த படி கண்ணீரும் கம்பலையுமாய்...

போஸ்ட்மார்ட்டம் அறைக்கு முன்னால் மிகப் பெரிய கூட்டம் இருந்தது.

"செத்தது எத்தனை பேரு"

"15 ஆ.16 ஆன்னு இன்னமும் சரியா தெரியல"

டிவி நிருபர்கள் கையில் மைக் உடன் சுற்றிக் கொண்டிருந்தார்கள்.

"இங்க ரவிங்கறது யாரு?"

பதட்டத்துடன் எழுந்தான் ரவி.

"பெரிய டாக்டர் உங்களை கூட்டிட்டு வரச் சொன்னார்"

"ரமேஷ்.நீயும் வா"

இருவரும் உள்ளே போனார்கள்.

ஊஊ

"வாங்க அண்ணா" என்ற அந்த பெண்ணின் குரல் கேட்டதும் தான் பழைய நினைவுகளில் இருந்து வெளியே வந்தான் ரவி..

இருவரும் தங்களை அறியாமல் எழுந்து நின்றார்கள்.

"உட்காருங்க." என்ற ரங்கநாதன்

"இது என்னோட மனைவி லலிதா."என்று கூற இருவரும் கை கூப்பினார்கள்.

"லலிதா.காபி போடு"

"உங்கள்ல யார் ரவி..." என்று கேட்க "நான் தானுங்க" என்றான் ரவி.

"உங்களை நேரில் பார்க்கணும்னு ஆஸ்பத்திரியில் இருந்து அட்ரஸ் வாங்கிட்டு வந்தேன்.ஆனா அந்த அட்ரஸில்..."

"எங்களுக்கு இருந்த ஒரே எடம் அது தான் சாமி.திடீர்னு வேற அட்ரஸுக்கு எங்கே போறது?. அதான் அந்த அட்ரஸ் கொடுத்தேன்.

சாமி.உங்களைத் தேடி வந்து தொந்தரவு பண்றதா தப்பா நினைக்கப்படாது.எங்க ரெண்டு குடும்பத்தில ஒரே புள்ள- செத்துப் போன நிர்மலா.அவளை மறந்துடணும்னுதான் முயற்சி பண்ணுறோம்.ஆனா முடியலை சாமி.ஒரே ஒரு

தடவை உங்க பொண்ணு முகத்தில வாழற எங்க நிர்மலாவை பாத்துட்டு போயிடறோம்.தப்பா நினைக்காதீங்க."

"அடடா.இதுல தப்பா நினைக்க என்ன இருக்கு? பெத்த பாசம் எப்படி இருக்கும்னு எங்களுக்கு தெரியாதா?கண் இல்லாத எங்க பொண்ணை நினைச்சு எத்தனை நாள் நாங்க தூக்கம் தொலைச்சு இருப்போம்.ரம்யா மாடியில இருக்கா. நான் போய் அவளை கூட்டிட்டு வர்றேன்"

"சாமி.நாங்க யாருன்னு பாப்பா கிட்ட சொல்லாதீங்க. சங்கடப்படும்"

பதில் எதுவும் சொல்லாமல் ரங்கநாதன் மாடிப்படி ஏற..

"இந்தாங்க அண்ணா" என்று காபி கொடுக்க...

இருவரும் காபி டம்ளரில் தயக்கத்துடன் வாயை வைத்து குடித்தாலும் பார்வை என்னவோ படிகள் மேல் தான் இருந்தது.

5 நிமிடங்களில் ரங்கநாதன் உடன் வந்த பெண் ஏறக்குறைய 15 வயது மதிக்கத்தக்க வகையில் இருந்தாள்.

இருவரும் எழுந்தார்கள்.ரவி அருகில் சென்றான்.

ரங்கநாதன் நகர்ந்து வழி கொடுத்தார்.

அந்த பெண்ணின் கண்களை ஒரு கணம் உற்றுப் பார்த்தான்.

அந்த கண்களில் அவன் மகள் நிர்மலா தெரிந்தாள். அவனையும் அறியாமல் கைகள் அந்த பெண்ணின் தலையில் கை வைத்து தடவி..."கண்ணே!" என்றவன் கண்களில் அவனையும் அறியாமல் கண்ணீர் வந்தது.

"அண்ணா" என்ற ரமேஷின் குரல் அவனை சுயநினைவுக்கு கொண்டு வர, சட்டென்று கையை அந்த பெண்ணின் தலையில் இருந்து எடுத்து "ஸாரிம்மா" என்றான்.

"பரவாயில்லை.நீங்க கையை தலையில் வச்சுக்குங்க அப்பா."

என்ற சிறுமியின் கண்களை மீண்டும் ஒரு முறை பார்த்தான் ரவி... இருவர் விழிகளும் நீரால் பேசிக் கொண்டன.

"சொல்லிட்டீங்களா சாமி?"

"ம்" என்று தலையசைத்தார் ரங்கநாதன்.

"நாங்க எல்லாம் தாழ்ந்த ஜாதி சாமி. நாங்க இங்க வர்றது உங்களுக்கு சிரமத்தை கொடுக்கும்.இனி வர மாட்டோம். ரொம்ப சந்தோஷம் சாமி.நீ நல்லா இருப்பே குழந்தை.. போலாமா ரமேஷ்"

"பிறப்பால உயர்ந்தவங்க, தாழ்ந்தவங்க அப்படீங்கறதுல எங்களுக்கு நம்பிக்கை கிடையாது.நம்ம வாழற முறையில, செயல்ல தான் இருக்குது அது எல்லாம்.பெத்த பொண்ணு செத்து கிடக்கறப்ப கூட அந்த கண் இன்னொரு உயிருக்கு உதவியா இருக்கும்னு நினைக்கற மனுஷனை விட வேற யார் உயர்ந்திட முடியும்.எப்ப வேணும்னாலும் நீங்க வாங்க. பொண்ணை பாருங்க.அதுதான் எங்களுக்கு சந்தோஷம்"

ஞானம் பெற்ற கதை..

சுரேஷ் அந்த தெருவில் நுழைந்தது முதலே சற்று அசௌகர்யமாய் உணர்ந்தான்.. எங்கேனும் தெரிந்த முகம் தெரிகிறதா என எட்டிப் பார்த்தான்..

"உனக்கு தேவையா இதெல்லாம் இந்த ஐம்பது வயதில்?" என்றது ஒரு பக்க மனம்.." ஏன் ஐம்பது வயதில் ஆசைகள் அறுந்து விட வேண்டும் என்று ஏதேனும் உள்ளதா?. அது நிகழாத போது, உணர்ச்சிகளின் கையில் சிக்கிய பொம்மைகள் தானே மனிதர்கள்!" என்று மறுமனம் பதில் தந்தது... அந்த கட்டிடத்தின் உள்ளே நுழைந்தான்.

வரவேற்பு சிறப்பாகத் தான் இருந்தது..

இந்தியில் பேச, சிறு அணிவகுப்பு நடந்தது..

கண்ணுக்கு குடும்ப பாங்காகவும் தமிழ் முகமாகவும் தெரிந்த முப்பதுகளில் இருந்ததைப் பார்த்து..

"தமிழா?" என்றான்.

"ம்ம்" என்று தலையசைத்தாள் அப்பெண்..

"இதற்கு மொழி எதற்கு?" என்று கிண்டலாக கேட்டு, சிரித்து, பணம் வாங்கிக் கொண்ட நிர்வாகி, சைகை காட்ட இருவரும் அறைக்குள் நுழைந்தார்கள்.

அப் பெண் லேசாக சிரித்தாள்..

"புதுசா..?" என்றாள்.

"ஆமாம்" என தலையசைத்தான்.

"கல்யாணம் ஆகலையா?"

"ஆயிடிச்சு"

"வெளியூரா குடும்பம்?"

"இங்கே தான்"

"அடங்கலையா?"

"தெரியலை"

அப்பெண் அருகில் வந்து சுரேஷின் கன்னத்தை வருடினாள்.. சுரேஷீக்கு ஆசை காணாமல் போய், ஒரு வித தவறு செய்கிறோமோ, மனைவி மல்லிகாவுக்கு துரோகம் செய்கிறோமோ? என்ற எண்ணம் எழ, சற்றே நகர்ந்தான்..

"ஏன்..என்னை பிடிக்கலையா?"

"இல்லை.. என் பொண்டாட்டிக்கு துரோகம் செய்யறனோன்னு ஒரு ஃபீலிங்."

பேசியவனின் நினைவுகள் நேற்றைய இரவுக்கு நழுவின.

"சொல்ல நினைச்சா சொல்லுங்க"

ഇഇ

அருகில் படுத்து இருந்த மனைவி மல்லிகாவை அணைத்தான்.

"வேண்டாங்க.. எனக்கு பிடிக்க மாட்டேங்குது"

"என்னையா? கல்யாணமாகி வருஷம் 23 ஆயிடிச்சில்ல" என்றான் சிரித்தபடியே..

"போங்க.. வருஷம் கூட கூடத்தான் உங்க மேல காதலும் கூடுது"

"பேச்சுலதான் அப்படி சொல்றே.. ஆனா, செயல்பாட்டுல?"

"ஏங்க.. அதுதான் வாழ்க்கையா?"

"அதுவும் சேர்ந்ததுதான் வாழ்க்கை"

"அதுக்கு முடிவு எப்பதான்?"

"மரத்துல இருக்கற பழத்துக்கு தெரியுமா தான் எப்ப முழுமையா பழுத்து உதிர்வோம்னு?"

"ஏன் மனசை மாத்திக்க முடியாதா?'

"அதையேதான் நானும் கேட்கிறேன்..நீ மனசை மாத்திக்க முடியாதா?"

"ஏங்க.. உங்க ஆசையை நிறைவேத்தணும்.நீங்க சந்தோஷமா இருக்கணும்னு தான் மனசார நினைக்கிறேன்.. ஆனா, என்னால முடியல..என்ன பண்றது?"

"அதேதான் என் நிலையும்.. உன்னை கஷ்டப்படுத்தக் கூடாதுன்னு தான் நினைக்கிறேன்.. உனக்கு வயித்து வலி இருந்த ஒரு வருஷம் எதாவது தொந்தரவு பண்ணி இருப்பேனா? இப்ப யூட்ரஸ் எடுத்து ஆறு மாசம் ஆச்சு.. வலியும் இல்லை..இப்ப இன்ட்ரெஸ்ட் இல்லைங்கறே?. ஆனா, எனக்கு இருக்கே.. அதுவும் அடிக்கடி கிடையாது.. மனைவி துணை கொண்டு தானே காமனை வென்றாக வேண்டும்-- கண்ணதாசன் சொன்னது சரிதானே?"

"ஏங்க..புத்திசாலி உங்களுக்கு என்நிலமை புரியலையா?"

"மல்லிகா..நல்லா புரியுது..40 வயசுலயே உனக்கு ஆசை அறுந்து போச்சி.. குடிச்சு குடிச்சு லிவர் கெட்டவனுக்கு ஏழு மணி நேரம் கல்லீரல் மாற்று ஆபரேஷன் செஞ்சு முடிச்சிட்டு வந்து பழக்கத்துனால குடிக்கிற பல டாக்டர்கள் எனக்கு தெரியும். அவங்களுக்கு தெரியாதா குடி லிவரை பாதிக்கும்னு..புத்தி, அறிவுக்கு எட்டறது உணர்ச்சிக்கு, நாடி, நரம்புக்கு எட்டணும்ங்கறது இல்லை.."

கணவனை உற்றுப் பார்த்தாள்..

"ஏங்க..சொல்றேன்னு தப்பா நினைக்காதீங்க.. உங்களுக்கு முழுமையான மனைவியா நடந்துக்கலை- யோன்னு தோணுது..கழிவு உடம்புல, மனசுல தேங்கக் கூடாது.. நீங்க அதுக்கு உரிய பகுதிக்கு போய் சுத்தம் பண்ணிட்டு வந்துடுங்க"

"மல்லிகா.."

"நீங்க போயிட்டு வந்தீங்கன்னாதான் எனக்கு குறுகுறுப்பு இருக்காது..தப்பு இல்லை..வீட்டுல சமைக்க முடியாதப்ப பசிக்கு ஓட்டல்ல சாப்பிட்டதிறதில்லையா?"

ஜ

"அப்ப உங்க கழிவை இந்த சாக்கடையில் கொட்டிட்டு போக வேண்டியது தானே?"

லேசான கிண்டலுடன் கேள்வி வந்தது.

"ஸாரி.. உணர்ச்சிகளுக்கு வடிகாலா நினைச்சி தான் இங்க வந்தேன்.."

அவள் அருகில் வந்தாள்..

"சொல்றேன்னு தப்பா நினைக்காதீங்க.. சில நிமிட உடல் ஆசைக்காக சாகற முடிய மனசுல குற்ற உணர்ச்சியை சுமக்கற நிலைக்கு ஆளாயிடாதீங்க..கழிவு சுத்தம் பண்ணனும்னா நல்ல நீர்ல தான் முழுகணும்.அப்பதான் சுத்தமாகும். சாக்கடைக்குள்ள குதிச்சா கழிவு சுத்தமாகாது.. கொஞ்சமா ஒட்டி இருந்த கழிவு முழுக்க முழுக்க கழிவாவே மாறிடும்.. நாடி, நரம்பு, உணர்ச்சி நமக்கு உள்ளதானே இருக்கு?- ஏன் நாம அதை நம்ம கண்ட்ரோல்ல கொண்டு வர முடியாது?.. உங்க மனைவி வயித்து வலியில் கஷ்டப்பட்டப்ப உங்க நாடி, நரம்பு, உணர்ச்சி எங்க போச்சு?. அப்பவும் இப்ப இருக்கிற அதே சதை, ரத்தம் தானே உங்க மனைவி?. ஏன் உணர்ச்சி எழலை?"

சுரேஷ் பதிலை தேடினான்.. அப்பெண் தொடர்ந்தாள்..

"மனம் தான் எல்லாத்துக்கும் ஆணி வேர்..அது நல்ல விதமா வச்சிகிட்டா மத்தது தானா சரியா போகும்.. மனசை காலியா வைக்கிறது சாத்தியம் இல்லை.. ஆனா, நல்ல எண்ணங்களோல, அன்பால நிறைச்சு வச்சா, நாடி, நரம்புகள் எல்லாம் அது சொல்ற மாதிரி டான்ஸ் ஆடும்.. பொம்மலாட்ட பொம்மைகள் மாதிரி..முதல்ல நல்ல எண்ணங்களை மனசுல

வலுக்கட்டாயமா நுழைச்சாக் கூட காலப்போக்குல அதுவே இயல்பா மாறிடும்.. கிளம்புங்க.."

"ஒரு சந்தேகம்.."

"வேண்டாம்.. நீங்க என்ன கேப்பீங்கன்னு எனக்கு தெரியும்.கிளம்புங்க"

"உங்க பேர்?"

"இங்க தினம் ஒரு பேர்..பேரா முக்கியம்.. கிளம்புங்க" என்றாள்..

வெளியே வந்த சுரேஷ்

முகம் பௌர்ணமி நிலவின் ஒளியில் தெளிவாய் இருந்தது.

காற்றுப்புகா வெளியினிலும்...

ரிக்சாக்காரனுக்கு பணம் கொடுத்து விட்டு அதில் அமர்ந்து இருந்த மகள் சாவித்திரியை மார்பில் தூக்கிக் கொண்டு மெல்ல பாலத்தை நோக்கி நடந்தான் பெருமாள்.

11 வயது பிள்ளையை தூக்கி கொண்டு நடப்பது கஷ்டமாக மட்டும் அல்ல-- கண் பார்வையை மறைப்பதாகவும் இருந்தது.

"அப்பா...எவ்ளோவ் பெரிய பாலம்" என்ற மகளின் கேள்விக்கு, "ஆமாண்டா செல்லம்" என்று கூறியவாறே பாலத்தைத் தாங்கி நின்ற தூண் அருகில் சாவித்திரியை இறக்கி, வாகாக தோளை தூணில் சாய்ந்து இருக்கும் படி அமர்த்தினான்.துணி பையை அருகில் வைத்தான். இடுப்புக்கு கீழே சும்பிப் போன கால்களைப் பார்க்க, பார்க்க, பெருமாளின் மனதில் பாரம் கூடியது.

"உலகத்தில யாருக்கும் நோவு மட்டும் வரக் கூடாது-- அதுலயும் வசதி இல்லாதவங்களுக்கு கண்டிப்பா வரவே கூடாது"என்று நினைத்துக் கொண்டான்.

"அப்பா.. இப்ப இந்த ஊருக்கு எதுக்குப்பா வந்திருக்கோம்?"

"நான் தான் சொன்னேனே.. என்னோட சினேகிதன் ஒருத்தனைப் பாக்க... அவனுக்கு தெரிஞ்ச ஒரு நாட்டு வைத்தியர் இருக்கிறாராம்-- உன்னை கூட்டிட்டு போலாம்னு தான்".

"போப்பா.. நீயும் 2 வருஷமா என்னை எத்தனை ஆஸ்பத்திரிக்கு தூக்கிட்டு தான் போனே?-- ஏதாவது நடந்ததா?.. எத்தனை ஊசி, எத்தனை மாத்திரை.. எனக்கு வேண்டாம்பா.வலிக்குது.கசக்குது".

"சாவித்திரி..இது வெறும் எண்ணெய் போட்டு நீவறதுதான்.. அப்பா உனக்கு வலிக்காம நீவி உடறேன். சரியா?".

"சரிப்பா".

"இங்கேயே இரு.நான் பக்கத்தில மெயின் ரோட்டில் நிக்கிறேன்..சினேகிதன் வந்ததும் கூட்டிட்டு வர்றேன்."

சொல்லி விட்டு, பாக்கெட்டில் இருந்த சில கசங்கிய 5 ரூபாய், 2 ரூபாய் நோட்டுகளை மகளின் கையில் திணித்து விட்டு,

மகளின் நெற்றியில் முத்தம் இட்டு விட்டு, "வந்துடறேன் மா" என்று மெல்லிய குரலில் கூறி விட்டு திரும்பி கூட பார்க்காமல் அழுக்கு வேட்டியுடன் நடந்த பெருமாளின் கண்களில் வழிந்த நீர் உதட்டில் பட்டு உப்பு கரித்தது.

ജ്ഞ

காலிங் பெல் ஒலிக்க, கதவை திறந்தார் சுந்தரம்.

முப்பதுகளில் ஒரு இளைஞன் நின்று கொண்டு இருக்க, ஒரு கணம் யார் என்று யோசித்து, மலர்ந்து,

"வாங்க..வாங்க தம்பி" என்று வரவேற்று உள்ளே அழைத்து சென்றார்.

இளைஞன் ஹாலை ஒரு பார்வை விட்டான்.

சுந்தரம் தன் மனைவி மகளுடன் சில படங்களில் சிரித்துக் கொண்டு சுவரில் தொங்கிக் கொண்டு இருந்தார்.லயன்ஸ் கிளப் பில் பதவி ஏற்ற படமும் இருந்தது.

"ஸார்.. இன்னிக்கு எம் பொண்ணு நல்லா இருக்க, நடமாட உங்களை மாதிரி இருக்கிறவங்க தான் காரணம்.. ரொம்ப ரொம்ப நன்றி ஸார்.."

வார்த்தைகளில் ஒரு நன்றியும் மரியாதையும் கலந்து இருந்தது.

"இதுல நான் என்னப்பா பெரிசா பண்ணிட்டேன்.ஏதோ என்னால ஆன உதவி.உதவி பண்ணுனவங்களை தேடி வந்து நன்றி சொல்ல நினைக்கற உன்னோட நல்ல மனசுக்கு எந்த பிரச்சனையும் தானாகவே விலகிடும்..பாப்பா.. ஹாங்...ஹரிணி ஓடியாடி விளையாட ஆரம்பிச்சிட்டாளா?.. இதுக்காக நேர்ல ஊருக்கு வந்து...சொல்லணுமாப்பா?"

"ஸார்.ஹரிணி அந்த இன்ஜெக்சன் போட்டதுக்கு அப்புறம் நல்லா மத்த குழந்தைகள் மாதிரியே ஓடியாடி கிட்டு இருக்கா.

ஒரு ஊசி எட்டு கோடி.. டாக்டர் சொன்னதும் எதுவுமே ஓடலை.. என்ன பண்றதுன்னு புரியலை.பைத்தியம் பிடிச்ச மாதிரி இருந்தது.ஒரு ஃப்ரெண்ட் தான் சோஷியல் மீடியா மூலமா உதவி கேட்கலாம்னு சொன்னான்.ஏறக்குறைய ஐம்பதாயிரம் பேர்.ஒரே மாசத்துல 8 கோடி வந்தது..எம் பொண்ணுக்கு நான் செலவு செய்யறது ஓகே.. ஆனா, முகம் தெரியாத ஆயிரக்கணக்கான பேர்... இதை என்னன்னு சொல்றது?.. இந்த உலகத்தில்

இவ்வளவு நல்ல குணத்தோட ஏராளமான பேர் இருக்கிறதே எனக்கு இப்போ தான் தெரியுது-33 வயசுல. இவங்களுக்கு எல்லாம் நான் என்ன கைம்மாறு பண்ணப் போறேன்?.. அதனால்தான் நான் பிசினஸ் விஷயமா கிளம்பி போகும் போதே அந்த ஐம்பதாயிரம் பேர்ல யாரை எல்லாம் நேரில் சந்திக்க முடியுமோ அவங்க

எல்லோரையும் சந்திச்சு என்னோட நன்றியை சொல்ல ஆசைப்படுறேன்.."

குரல் தழுதழுத்தது.

சுந்தரம் தண்ணீர் கொடுத்தார்.அதற்குள் அவர் மனைவி காபி கொண்டு வந்து கொடுக்க, இருவரும் குடித்தார்கள்.

"ஸார்.. உங்கள் ஃபோன் நெம்பரோட உங்கள் பேர்ல ஒரு நன்கொடை கொடுத்து இருக்கீங்க.இன்னொரு டொனேஷன் உங்க ஃபோன் நெம்பர்ல இருந்து.. அவங்களை பாக்க முடியுமா ஸார்.?".

"யெஸ்.. சுபாஷ்.நீங்க கண்டிப்பா பாக்க வேண்டிய நபர்தான் அவங்க.நானே உங்களை கூட்டிட்டு போறேன்".

ഇൽ

சாவித்திரி மெல்ல பின்பக்கத்தை நிலத்தில் ஊன்றி, உடலை அசைத்து அசைத்து இருந்த இடத்தை விட்டு கொஞ்ச தூரம் நகர்ந்து வந்தாள்.எட்டிப் பார்த்தாள்.

கண்ணுக்கு எட்டிய தூரம் வரை அப்பா கண்ணுக்கு தெரியவில்லை.

"ஏன் அப்பா இன்னும் வரலை?"

சூரியன் உச்சிக்கு போய் இருக்க, சூடு தாங்க முடியாமல் மீண்டும் பாலத்திற்கு உள்ளே வந்தாள்.

பசி வேறு வயிற்றை கிள்ள ஆரம்பித்தது.

"பசிச்சா சாப்பிட புளி சாதம் வச்சிருக்கேன்."

அப்பா சொன்னது ஞாபகம் வர, பையைத் திறந்து பொட்டலத்தை திறந்து கொஞ்சம் சாப்பிட்டாள்.

"ஏன் அப்பா இன்னும் வரவில்லை?"

மனதில் மீண்டும் கேள்வி எழுந்தது.

சிலர் நின்று ஒரு மாதிரியாக பார்த்து படி சென்றது வேறு மனதில் பயத்தைக் கூட்டியது.

பையை தலைக்கு அடியில் வைத்துக் கொண்டாள்.

திடீரென்று 4, 5 நாட்களுக்கு முன் அப்பாவும் மோகன் மாமாவும் பேசிக் கொண்டது ஞாபகப்படுத்துக்கு வந்தது.

"மோகன்.. என் வாழ்க்கையில் திடீர் திடீர்னு தான் பூகம்பம் வருது.திடீர்னு ஒரு நாள் மல்லிகா 3 குழந்தைங்களை என் கையில் ஒப்படைச்சிட்டு ஆக்சிடென்ட்ல போயிட்டா.

3 குழந்தைகளுக்காக வாழ ஆரம்பிச்சேன்.2 வருஷத்துக்கு முன்னாடி ஸ்கூல்ல கீழே விழுந்த சாவித்திரி என்ன வியாதின்னே தெரியாம, நடக்க முடியாம, கால் ரெண்டும் சூம்பிப் போய்,

போகாத ஆஸ்பத்திரி இல்லை.என் சக்திக்கு மீறி எல்லாம் செஞ்சுட்டேன்.ஒன்னும் மாறலை.10 வயசு பொண்ணு.

எல்லாத்துக்கும் தூக்கிட்டு தான் போக வேண்டி இருக்கு.

என்னால் சரியா வேலைக்கு போக முடியலை.கூலி இல்லை. இவளால மத்த ரெண்டு பேரையும் காப்பாத்த முடியாம போயிடுமோன்னு பயமா இருக்கு... ஆஸ்ரமத்தில் கேட்டாலும் அனாதைகளை மட்டும் தான் சேத்துவோம்னு சொல்றாங்க.

படுத்தா தூக்கம் வர மாட்டேங்குது."

"பெருமாள்.. சொல்றேன்னு தப்பா நினைக்காதே. எங்கயாவது கண் காணாத இடத்தில விட்டுட்டு வந்துடு. கஷ்டம் தான்.. என்ன பண்றது?. மத்த ரெண்டை காப்பாற்ற வேண்டாமா?"

"நீ சொல்றதைக் கேட்டாலே நெஞ்சே வெடிச்சிடும் போல இருக்கு மோகன்".

"கஷ்டம் தான்.. ஆனா மத்த குழந்தைகள் வாழ்க்கையை யோசிச்சு பாரு..யோசனை பண்ணி முடிவு பண்ணு"..

ஒரு வேளை மோகன் மாமா சொன்ன ஐடியாபடி என்னை தொலைக்கத் தான் இங்கே கூட்டிட்டு வந்து இருக்குமா அப்பா?...

மனசுக்குள் லேசாக எழுந்த சந்தேகம் நேரம் செல்ல செல்ல நெஞ்சுக்குள் வளர,

மனசுக்குள் அச்சம் படர ஆரம்பித்தது.

ഇജ

சுந்தரம் பைக்கை ஸ்டார்ட் செய்தார்.

"சுபாஷ்.. நாம் போய் அந்த செலிபரிட்டியை பாத்துட்டு வந்துடலாம். வீட்டுல லஞ்சுக்கு சொல்லிட்டேன்."

சுபாஷ் பில்லியனில் அமர, பைக் வேகம் எடுத்தது.நகரின் பல சாலைகளின் வழியாக விரைந்து கொண்டிருந்தது பைக்.

"ஸார்.. அவங்க உங்களுக்கு உறவா?"

"ஆமாம் சுபாஷ்.. சிஸ்டர்" என்றார் சுந்தரம்.

பைக் ஓடிக் கொண்டிருந்தது.

ജ്ഞൈ

"பாப்பா"..

குரல் கேட்டு திரும்பிப் பார்த்தாள் சாவித்திரி.

நாற்பது வயதில் லேசான தாடியுடன் ஒருவர் நின்று கொண்டு இருந்தார்.சாவித்திரிக்கு என்ன பேசுவது என்று தெரியவில்லை.

"என்னங்க அண்ணே".

"நானும் ரொம்ப நேரமா பாத்துகிட்டு தான் இருக்கேன்-நீ மட்டும் தனியா இருக்கறதை..நீ யாரும்மா?..ஏன் இங்கே இருக்கே?".

சாவித்திரி என்ன சொல்வது என்று யோசித்தாள்.

"உங்க வீட்டு விலாசம் தெரிஞ்சா சொல்லு.கொண்டு போய் விட்டுடறோம்".

சாவித்திரி மௌனம் காத்தாள்.

"ஒரு நிமிடம்.. வந்துடறேன்"

சென்ற அந்த நபர் சில நிமிடங்களில் மனைவி உடன் வந்தார்.

"பாரும்மா.இங்க நாய், பன்னி எல்லாம் ராத்திரி சுத்தும். உனக்கு பாதுகாப்பு இல்லை.பக்கத்துல தான் எங்க டென்ட் இருக்கு.ராத்திரி அங்க படுத்துக்க.உன்னைப் பார்த்தா என் பொண்ணு ஞாபகம் தான் வருது."

அந்த பெண் சாவித்திரியின் தலைமுடியை ஒழுங்குபடுத்தி விட்டாள்.

சாவித்திரியை அந்த நபர் தூக்கிக் கொண்டு நடக்க,

அந்த பெண் துணிப் பையை எடுத்துக்கொண்டு 100 மீட்டர் நடக்க அவர்கள் தங்கி இருந்த டென்ட் வந்தது.

"பாப்பா.. உன் பேர் என்ன?"

"சாவித்திரி".

"பார் கண்ணு... எங்களுக்கு வீடு ஆந்திரா நெல்லூர்.

ரோடு காண்ட்ராக்டர் கூப்பிடற எடத்துக்கு ஊர் ஊரா ரோடு வேலைக்கு போயிடுவோம்.எங்களுக்கு 3 குழந்தைக.. எங்க அம்மா தான் அங்க பாத்துக்குது.நீ உங்க ஊருக்கு போறதுன்னாலும் போ.

இல்லைன்னா எங்க கூட எங்க ஊருக்கு வந்துடு. மூணு பேரோட உனக்கும் சேர்த்து சோறு போடறோம். எங்கம்மா இன்னும் நாலு பேரைக் கூட பாத்துக்கும்.நீ தனியா இருக்கிறது சரிப்படாது.. யோசிச்சு பதில் சொல்லு. நாளைக்கு ராத்திரி ஊருக்கு கிளம்பறோம்.அதுக்குள்ள பதில் சொல்லும்மா"

"சரிண்ணா"என்றாள் சாவித்திரி.

இரவு நெடுநேரம் தூக்கம் வரவில்லை.அப்பா அவளை அழைத்துக் கொண்டு திருவிழாவில் சுற்றியது, சைக்கிளில் பள்ளிக்கு அழைத்துச் சென்றது, அவளுக்கு கால் வராது போன போது கதறி அழுதது, ஒவ்வொரு ஆஸ்பத்திரிக்கும் பலரிடம் கெஞ்சி கூத்தாடி

உதவி கேட்டது, அவள் மனம் ஒடிந்து போகாமல் இருக்க ஆறுதல் சொன்னது எல்லாம் மனதில் ஃபிளாஷ் பேக் ஆக ஓடியது...3 குழந்தைகளை வைத்துக் கொண்டு காசும் இல்லாமல் பல சமயங்களில் அரிசி வாங்க கூட காசு இல்லாமல் அப்பா பரிதவித்தது நினைவுக்கு வந்தது... என்னை இங்கு விட்டு விட்டு போக அப்பா மனசு எவ்வளவு துடிதுடித்து இருக்கும்?.. பாவம் அப்பா

என்று எண்ணிக் கொண்டாள்.இனியும் தான் அப்பாவுக்கு பாரமாக இருக்கக் கூடாது என்று எண்ணிக் கொண்டாள்.

அவளையும் அறியாமல் கண்களில் நீர் வழிந்தது.

ஒரு வளையல் அணிந்த கரம் அவள் கன்னத்தில் வழிந்த நீரை துடைத்து,

"கவலைப்படாத தூங்கும்மா.

உங்கம்மாவா என்னை நினைச்சுக்கு"என்றது.

காலையில் அவர்கள் வேலைக்கு கிளம்பும் முன்,

"என்னம்மா முடிவு பண்ணுனே?.. நெல்லூருக்கு

ராத்திரி பஸ்ஸூக்கு டிக்கெட்

புக் பண்ணனும் என்றார்.

☙❧

பைக்கை ஓரங்கட்டி நிறுத்தி விட்டு சுந்தரம் சிக்னல் அருகே பார்த்தார்.

"வாங்க தம்பி"

முன்னே நடக்க, சுபாஷ் பின் தொடர்ந்து போக, அவர் அந்த சப்வேக்கு பக்கத்தில் இருந்த அந்த ட்ரை சைக்கிள் அவர் கண்ணில் பட்டது.

சப்வேக்குள் நுழைந்து கொஞ்ச தூரம் நடந்தனர்.

மதிய நேரம் என்பதால் கூட்டம் குறைவாகவே இருந்தது.

பாதை பிரியும் இடத்தில் சுந்தரம் நிற்க, சுபாஷூம் நிற்க, இரு கால்களும் சூம்பிய ஒரு நடுத்தர வயது பெண் சுவரில் சாய்ந்து உட்கார்ந்து கொண்டு இருக்க, சுபாஷின் கைகள் அனிச்சையாக பேண்ட் பாக்கெட்டில் கைவிட்டு பர்ஸை எடுத்து 10ரூபாய் தாள் ஒன்றை எடுத்து, அப்பெண்ணின் முன் இருந்த நான்காக மடித்து போடப்பட்டு இருந்த சேலை மீது போட,

"சுபாஷ்..நாம பாக்க வந்த செலிபிரிட்டி இவங்க தான்" என்றார் சுந்தரம்.

☙❧

"எனக்கும்சேர்த்தேநெல்லூர்டிக்கெட்எடுத்துடுங்க அண்ணா" என்ற சாவித்திரி இடம், "சரிம்மா" என்று சொன்னவர், " மத்தியானம் இந்த தக்காளி சாதம் சாப்பிட்டுக்கம்மா. இன்னிக்கு சீக்கிரம் வந்துடுவோம். சூதானமா இரும்மா "என்றவர்,

"இனிமே என்னை அப்பான்னே கூப்பிடும்மா" என்றார் புது அப்பா.

கொஞ்ச நேரம் கழித்து மெல்ல வெளியே வந்தாள் சாவித்திரி.

அவளுக்கு நடப்பது எல்லாம் கனவு போல் தான் இருந்தது.

கண்கள் யதேச்சையாக பாலத்தின் தூண் பக்கம் போக, அங்கே அப்பா தம்பி சண்முகத்துடன் கண்களில் தெரிந்தார்.

இருவரும் பாலத்தின் முன் பின் என்று சுற்றி சுற்றி வந்தார்கள்.

"சாவித்திரி"

"சாவித்திரி அக்கா"

அவர்கள் கூப்பிடும் சத்தம் மெல்ல அவள் செவிகளில் விழுந்தது.

தன்னைத் தான் தேடுகிறார்கள் என்று புரிந்தது.

"அப்பா" என்று அழைக்க, தொண்டை வரை வந்த குரலை கஷ்டப்பட்டு அடக்கினாள்.

"பாவம் அப்பா.என்னை வைத்துக் கொண்டு அவர் பட்ட பாடு.. என்னை விட்டு விட்டு வேலைக்கு போக முடியாமல் பணமின்றி அவர் தவித்த தவிப்பு... என்னால் அக்கா, தம்பி சண்முகம் இவர்கள் வாழ்க்கையும் வீணாகக் கூடாது.. தொலைந்து போனவள்

தொலைந்து போனவளாகவே இருந்து விட்டு போகிறேன்."

மனசுக்குள் சொல்லிக் கொண்டாள்.

கண்ணில் பட்ட ஓரிருவரைக் கேட்ட படி அவர்கள் நடந்து வருவது கண்ணில் பட,

அவர்கள் கண்ணில் படாமல் இருக்க, டெண்டுக்குள் நுழைந்து கொண்டாள் சாவித்திரி.

டெண்டின் கிழிந்த ஓட்டை வழியாக பார்க்கையில் டெண்டை கடக்கையில் அழுது அழுது வீங்கி இருந்த அப்பாவின் முகம் கண்களில் பட்டது.

"இது தான் சார் என்னோட வாழ்க்கை.. பெத்த அப்பாவோட முகத்தை கடைசியா பார்த்தது அப்ப தான். முப்பது வருஷம் ஆச்சு.

என்னை தத்து எடுத்த அப்பா அம்மா சாகற முடிய, நெல்லூர்ல தான் இருந்தேன்.தம்பி, தங்கச்சிங்க கூட அங்கேயே தான் இருக்கச் சொன்னாங்க.எல்லோரும் கல்யாணம் ஆகி குடும்பம், குழந்தைகள்னு ஆயிடிச்சு. அவங்களுக்கு பாரமா இருக்க விரும்பலை.சமீபகாலமா

அப்பா ஞாபகம் வேற அதிகம் ஆகிப் போச்சு.சரின்னு கிளம்பி வந்துட்டேன் நான் தொலைஞ்சு போன இந்த பாலத்துக்கு. ஒரு நிமிஷம்..டீ வைக்கட்டுமா?"

"வைம்மா"

இருவரும் டீ குடிக்க...

"இங்க வந்து 10 மாசம் ஆச்சு.இப்ப எல்லாம் உடல் ஊனமுற்ற நபர்களுக்கு பல உதவிகள் கிடைக்குது.இதோ, சார் ஏற்பாடு செஞ்சி

எனக்கு அரசு உதவி கிடைக்குது.இதோ இந்த சைக்கிள் அவர் கொடுத்தது தான். சப்வேல உட்கார்ந்தா ஒரு நாளைக்கு 200 ரூபாய் கிடைக்குது.. இந்த 30 வருஷத்துல நானா ஓரளவு நடந்து பாத்ரும் போக முடியுது..."

"அக்கா... உண்மையிலேயே நீங்க செஞ்ச உதவி என் வாழ்நாள் முடிய மறக்க முடியாது.வாங்க என் வீட்டுக்கு.."

"ரொம்ப சந்தோஷம் ஸார் கூப்பிட்டதுக்கு... ஆனா உதவி செஞ்சுட்டு அதுக்கு நன்றி எதிர் பார்க்க கூடாதுன்னு என் அப்பா சொல்லுவார்-- உங்களுக்கு ஒன்னு தெரியுமா?.. நெல்லூர் அப்பா அம்மாவுக்கு

அவங்க பெத்த குழந்தைகளே கிடையாது.என்னையும் சேர்த்து அவர்கள் வளர்த்த நாலு பேருமே ஆதரவற்ற அனாதைகள்தான். கூலி வேலைக்கு போன அவர்களே 4 குழந்தைகளை அதிலும் நடக்கவே முடியாத ஒருத்தியை வாழ்நாள் முழுவதும் வளர்த்தாங்கன்னா...இந்த உலகம் இயங்கறதே அன்பால் தான்னு நினைக்கிறேன்.எங்கியோ ஒரு குழந்தை உயிருக்கு போராடுதுன்னா பல லட்சம் கைகள் உதவ முன் வருதுன்னா என்ன காரணம்?.. நம்ம கண்ணுக்கு தெரியாத ஒரு அன்பு சங்கிலி நம்மள எல்லாம் இணைச்சுகிட்டு இருக்குறதால தான்னு நினைக்கிறேன்.நீங்க பேசுன வீடியோ பார்த்தேன்.அப்பதான் சார் எனக்கு உதவி பண்ண வந்து இருந்தார்.. என்னால் முடிஞ்ச பணத்தை கொடுத்தேன். உங்களை மாதிரி சில அப்பாக்கள் தங்கள் பிள்ளைகளை காப்பாத்தற போராட்டத்தில் ஜெயிச்சிடறாங்க.எங்க அப்பா மாதிரி சில அப்பாக்கள் அந்த போராட்டத்தில் தோத்துடறாங்க. ஜெயிச்ச பெற்றோர்களுக்கு குறைந்த பட்சம் ஒரு நிம்மதி, சந்தோஷம் கிடைக்கும்.. ஆனால் தோத்துப் போன பெற்றோர்களுக்கு அவங்க வாழ்நாள் முழுவதும் அது தொண்டையில் குத்துன முள்ளா...வலி வேதனை தானே?.. அந்த வலியும் வேதனையையும் எங்கப்பா கண்ணுல நான் பார்த்து இருக்கேன்.. அந்த நிலை யாருக்கும் வரக் கூடாது.. சந்தோஷமா இருங்க..அது தான் எனக்கு சந்தோஷம்.

நான் இதைச் சொல்றேன்னு தப்பா எடுத்துக்காதீங்க... "

"மற்றவர்களை விட உனக்கு தான் இதைச் சொல்ல கூடுதல் தகுதி இருக்கு சாவித்திரி" என்று சுந்தரம்

கூற, இருவரும் வெளியே வந்து பைக்கை எடுத்தார்கள்.

"ஏன் ஸார்.. அவங்க சொன்ன மாதிரி காத்து மாதிரி உலகம் முழுவதும் அன்பு பரவி இருக்குதா?"

"சுபாஷ்..வானத்துல ஒரு குறிப்பிட்ட உயரத்துக்கு மேல போயிட்டா காத்து கூட இருக்காது.. ஆனால் இந்த அன்பு பிரபஞ்சத்தோட எல்லா இடத்திலும் நீக்கமற நிறைந்து இருக்கும்னு தான் தோணுது".

அல்ஜீமர்...

இண்டர்காமில் கேபினுக்கு வரச் சொல்லி எம்டி அழைக்க, அதற்காக எழுந்து போகும் போது தான் ரமேஷின் மொபைல் ஒலித்தது-- எதிர் முனையில் அம்மா.

"சொல்லும்மா.." என்றான் வேகமாக.

"ரமேஷ்.. நீ ஒரு தடவை ஊருக்கு வந்துட்டு போனா பரவாயில்லை.. அப்பாவுக்கு ரொம்ப முடியலை.நீ வந்தா கொஞ்சம் எங்களுக்கு தெம்பா இருக்கும்பா"

கெஞ்சும் பாவனையில் அம்மா குரல் ஒலித்தது.

"அம்மா.. நான் இருக்கறது டெல்லியில.நீங்க இருக்கறது தூத்துக்குடி பக்கத்தில.நினைச்சப்ப எல்லாம் வர முடியாதும்மா.

புரிஞ்சிக்குங்க.முதலாளி கூப்பிடறார்.வந்து பேசறேன்"

அம்மா ஏதோ சொல்லச் சொல்ல 'கட்' பண்ணி விட்டு அவசரம் அவசரமாக எம்டி கேபினுக்குள் நுழைந்தான்.

"ரமேஷ்... நம்ம கோயம்புத்தூர் ஃபேக்டரிக்கு வேண்டிய ஒரு முக்கியமான மெஷின் பார்ட் ஜெர்மனியில் இருந்து வந்தது தூத்துக்குடி ஹார்பர்ல ஏதோ சில பிராப்ளத்தால டெலிவரி எடுக்க முடியாம நிக்குது. C& F ஏஜெண்ட், அங்க இருக்குற லையஸன் ஆபிசர் தினம் போறாங்களே தவிர ஒன்னும் நடக்கலை.நீ உடனடியா அடுத்த ஃபிளைட்ல கிளம்பி போய் அதை சால்வ் பண்ணு.இம்போர்ட் எக்ஸ்போர்ட் ரூல்ஸ் & டாக்குமெண்டேஷன்ல அவங்களுக்கு சரியான நாலெட்ஜ் இல்லை.ஓகே".

"ஓகே சார்.." என்று திரும்பியவன் மீண்டும் உள்ளே சென்று,

"ஸார்.. அப்படியே ரெண்டு நாள் லீவு வேணும்.. அம்மா அப்பாவை பாத்துட்டு வந்துடறேன்".

"ஓ..நீ எட்டயபுரந்தானே.. முதல்ல ஸ்பேர் டெலிவரி எடு.

ரெண்டு நாள் முடியாது.ஒரு நாள் எடுத்துக்கோ.. நிறைய எக்ஸ்போர்ட் டாக்குமென்ட் வேலை இருக்கு".

✿

சிலந்தக்கரை என்ற ஊர் போர்டு காரின் ஹெட்லைட் வெளிச்சத்தில் தெரிந்தது.

காலையில் இருந்து துறைமுகத்தில் மாற்றி மாற்றி பல பேரிடம் பேசி, அவர்களை கன்வின்ஸ் செய்து டெலிவரி எடுப்பதற்குள் தலை கிண் என்று ஆகி இருந்தது.

காரை நிறுத்தி விட்டு ரமேஷ் இறங்க அம்மா ஆசையோடு ஓடி வந்தாள். ரமேஷின் பெட்டியை வாங்க முனைய, "நானே கொண்டு வர்றேம்மா "என்று கூறியவாறே உள்ளே போனான்.

"வா ரமேஷ்"என்றார் அப்பா.

அம்மா முகத்தில் 'பளீர்' என்று மகிழ்ச்சி தெரிந்தது.

"ரமேஷ்.. அப்பா உன்னை சரியா அடையாளம் கண்டு பிடிச்சிட்டார்".

"என் ரமேஷை எனக்கு தெரியாதா?"என்றார் அப்பா.

ரமேஷை தனியாக அழைத்துப் போய்

"அவருக்கு ஞாபகமறதி ஜாஸ்தியா ஆயிடிச்சு. சமயத்துக்கு என்னையே "நீ யார்?" னு கேக்கறார் என்றாள் அம்மா.

"வயசானதால வர்ற ஞாபகமறதி ஆக இருக்கும்மா"

"ஆரம்பத்தில நானும் அப்படித்தான் நினைச்சேன். ஆனால் நாள் ஆக நாளாக 10 நிமிஷத்துக்கு முன்னாடி நடந்ததைக் கூட மறந்து...

உங்கிட்ட கூட டவுன் டாக்டர்கிட்ட போயிட்டு வந்து சொன்னனேப்பா.. என்னமோ அல்சர்ங்கற மாதிரி பேர் வருமே..."

அம்மா ஒரு மாதத்திற்கு முன்பு ஷிப்மெண்ட் வேலை ஆக இருந்த போது சொன்னது ஞாபகத்துக்கு வந்தது.

"அது அல்சர் இல்லைம்மா. அல்ஜீமர்... ம்ம்.. காலையில் இருந்து ஓவர் வேலை. தலை வலிக்குது. காலையில பேசிக்கலாம்மா".

"சாப்பிட்டுட்டு தூங்கு ரமேஷ். ஒரே நிமிஷம் உனக்கு பிடிச்ச பருப்பு சாம்பார் இருக்கு."

"வேண்டாம்.. சாப்பிட்டுட்டு வந்துட்டேன்." சொல்லியவாறே ரூமுக்குள் நுழைந்து உடை மாற்றி

படுக்கையில் சாய்ந்த மகனைப் பார்க்க சற்று ஏமாற்றமாக இருந்தது சாவித்திரி அம்மாவுக்கு.

எப்படி 'அப்பா அப்பா' என்று சதா குட்டி போட்ட பூனை போல சுற்றி வந்த பிள்ளை இப்போது அப்பாவிடம் கூட அதிகம் பேசாமல்.. அவர் உடல் நிலை கூட காலையில் பேசிக் கொள்ளலாம் என்று..

"பெத்த மனம் பித்து.. பிள்ளை மனம் கல்லு" என்பது இதுதானோ என்று மனம் கேள்வி எழுப்ப..

"சே சே.. நம்ம ரமேஷ் எல்லாம் அப்படி இருக்காது..ஏதோ உடம்புக்கு முடியலை"என்று சொல்லிக் கொண்டாள்.

திடீரென ஏதோ சத்தம் கேட்க முழிப்பு வந்தது ரமேஷுக்கு.

கதவு திறந்து இருக்க அம்மா அப்பா ஹாலில் இல்லை.

அவசரமாக வெளியே வந்து பார்க்க, அப்பா முன்னால் நடந்து போய்க் கொண்டிருக்க அம்மா,

"என்னங்க.. நில்லுங்க" என்று கத்தியவாறு பின்னால் நடையும் ஓட்டமுமாக சென்று கொண்டிருப்பதைப் பார்த்த ரமேஷ் அவசரமாக வெளியே வந்தான். அப்பா போஸ்ட் மேன் ஆக இருந்த போது ஓட்டிய பழைய சைக்கிள் வீட்டின் எதிர் புறம் நின்று கொண்டு இருந்தது. நெஞ்சில் லேசாக படபடப்பு கூட வேகமாக அப்பா அம்மாவை நோக்கி ரமேஷ் விரைய...

"எங்க போறீங்க இந்த அர்த்த ராத்திரியில?"

"நம்ம ரமேஷ் தண்ணியில விழுந்துட்டான்.அவனைக் காப்பாத்த வேண்டாமா?"

"ஏங்க.. ரமேஷ் வீட்டில இருக்கான்.. வாங்க"

"உனக்கு பையனை பாத்துக்க பொறுப்பு பத்தலை. அவன் அருவி பக்கம் போனதை நீ கவனிக்கலை."

பேசியவாறே மரத்திற்கு அடியில் இருந்த கல்லிலே அப்பா காலை வைத்து வழுக்கி விழப் போக, அம்மா வேகமாக

அப்பாவின் தோளைப் பிடித்து நிறுத்த முயல, ரமேஷ் அவனையும் அறியாமல் "அப்பா"என்று பெருங்குரலில் கூப்பிட, திரும்பிய அப்பா,

"ஆமா.. ரமேஷ் இங்கே தான் இருக்கான்.." என்றபடி திரும்ப, ரமேஷுக்கு லேசாக படபடப்பு குறைந்தது.

அப்பா வீட்டை நோக்கி முன்னால் நடக்க,

அம்மாவும் ரமேஷும்

சற்று தள்ளி பின்னால் நடந்தார்கள்.

"இப்படித்தான் அப்பப்ப ராத்திரியில எழுந்து ரமேஷை காப்பாத்த போறேன்னு எழுந்து போறார்.நீ ஒகனேக்கல் போனப்ப ஆத்துல விழுந்தது அவருக்கு மறக்கலை... சைக்கிளைப் பார்த்து ரமேஷ் காலை சக்கரத்துல வைச்சுக்காதே. அப்படின்னு பேசுவார்.

இது மாதிரி ஏராளம்.."

சொல்ல சொல்ல அம்மா கண்கள் கலங்கியது.

ரமேஷுக்கு அவன் சிறுவனாக இருந்த போது ஒகேனக்கல் போய் இருந்த போது எதிர் பாராத விதமாக ஆற்றில் இறங்கி விட, தூரத்தில் இருந்து பார்த்து விட்ட அப்பா ஓடி வந்து குதித்தது ஞாபகத்துக்கு வந்தது.

நல்ல வேளையாக பரிசல் ஓட்டிகள் பார்த்து இருவரையும் காப்பாற்ற,

"ஏன்யா.. உமக்கு தான் நீச்சலே தெரியாதே.அப்புறம் எதுக்கு ஐயா ஆத்துல குதிச்சீரு பையனை காப்பாத்த.." என்று ஒரு பரிசல் காரர் கேட்க,

"15 வருஷம் தவம் இருந்து பெத்த பிள்ளை... என் உசுரு இருக்கற முடிய அவன் உசுரை போக விட்டுடுவனா?.. என் உசுரைக் கொடுத்தாவது புள்ளையை காப்பாத்தணுங்கற ஒரே..."

இருமியவாறே பேச பேச, மூக்கில் நீர் வழிந்தது.

"தம்பி.. உனக்கு இப்படி ஒரு அப்பா கிடைச்சது நீ செஞ்ச புண்ணியம்"

மீண்டும் அந்த சைக்கிள் கண்ணில் பட்டது. எத்தனை எத்தனை தூரம் இந்த சைக்கிளில் என்னையும் அம்மாவையும் வைத்துக் கொண்டு ஓட்டி இருப்பார்.

"ஏம்பா கோபால்.. போஸ்ட் மேன் எல்லோரும் மோட்டார் சைக்கிள் வாங்கிட்டாங்களே..நீ வாங்கலையா?"

ஊர் பஞ்சாயத்து தலைவர் கேட்க,

"பையன் நல்லா படிக்கறான். பெரிய காலேஜில் சேர்த்தணும். ஹாஸ்டல் ஃபீஸ் எல்லாம் நிறைய வரும்... பெட்ரோலுக்கு எல்லாம் செலவு பண்ணுனா, கட்டுப்படி ஆகாதுங்க ஐயா"

"நல்லது கோபால்.. ஏதாவது உதவி தேவைப்பட்டா தயங்காம வந்து கேளு"

அந்த பஞ்சாயத்து தலைவரின் ரெகமெண்டில் தானே இப்போது இந்த வேலையே கிடைத்தது.

"ஏங்க.. இருக்கிறது ஒத்தை புள்ளை.அவனை டெல்லிக்கு அனுப்பனுமா?-- நமக்கும் வயசாகுது சாவித்திரி.. அவன் வளர்ச்சிக்கு எது சரியோ அதைத் தான் கொடுக்கணும். நம்ம இந்த கிராமத்தில வச்சிக்கவா அவனை படிக்க வச்சோம். நம்ம செளகரியத்துக்காக அவன் வாழ்க்கையை வீணாக்கிடக் கூடாது.அவன் டெல்லி போகட்டும்மா"

அப்பா சொன்னது ஞாபகத்துக்கு வந்தது.அப்பா திடீரென திரும்பினார்.

"ரமேஷ்."

"சொல்லுங்க அப்பா"

"உங்கூட வர்ற பொம்பள யார்?" என்று கேட்டு அதிர வைத்தார்.

"என்னோட அம்மா.. அதான் உங்க பொண்டாட்டி சாவித்திரி."

"அவளுக்கு எப்ப முடி எல்லாம் நரைச்சது?... அவளுக்கு வயசாடிச்சு போல" சொல்லி சிரித்தார்.

மூவரும் வீட்டிற்குள் போனார்கள்.

"தூக்கம்வருது"என்று சொன்னவாறே படுத்த அப்பாவுக்கு போர்வையை போர்த்தி விட இரண்டு நிமிடங்களில் தூங்கிப் போனார்.

ரமேஷ் அம்மாவின் கையை பிடித்து கன்னத்தில் வைத்தான்.

"எப்படிம்மா நீ ஒரே ஆள் எல்லாத்தையும் தாங்கிட்டு..

ஒரு நாள் பார்க்கவே என்னால முடியலைம்மா"

"ரமேஷ்..இப்ப இந்த வியாதி அதான் நீ சொன்னியே அல்ஜைமரோ என்னவோ அது வந்த பிற்பாடு தான் நான் அவரைத் தாங்கறேன்.

ஆனா, எனக்கு கல்யாணம் ஆன நாள்ல இருந்து ஏறக்குறைய 45 வருஷமா என்னையும் 30 வருஷமா உன்னையும் அந்த மனுஷன் தான் தாங்குனாரு.ரமேஷ்.. கூடவே 24 மணி நேரமும் இருக்கற என்னைக் கூட மறந்து இருக்கார்.ஆனா உன்னை ஒரு நாள் கூட மறந்தது இல்லைடா."

"அம்மா.. உண்மையிலே சொல்லப் போனா அல்ஜீமர் நோய் அப்பாவுக்கு இல்லை.எனக்கு தான்..வேலை, முன்னேற்றம்

அப்படீங்கற முன்னாடி இருந்த பாதையை மட்டுமே பாத்துட்டு, கடந்து வந்த பாதையை மறந்துட்டேன்.

இப்ப எனக்கு ஞாபகம் வந்துடிச்சு.இனி, அப்பாவை பழைய அப்பாவா மாத்தறது தான் என்னோட முதல் வேலை... மன்னிச்சிடும்மா."

"என்னடா.. சின்ன பையனாட்டம் அழுதுட்டு"என்று ரமேஷின் கன்னத்தை துடைத்த சாவித்திரி அம்மாவின் கன்னப்பரப்பிலும் கண்ணீர்..

ஆனால் அது ஆனந்த கண்ணீர்...

கொள்ளி...

"வாழ்க்கையில படாதபாடு பட்டு..தன்மானம் இழந்து வேற வழி இல்லாம நம்மளை வந்து பார்த்து 'உதவி' ன்னு கேட்கறவங்களுக்கு உதவி பண்ணலைன்னா கூட பரவாயில்லை..'அப்ப அப்படி நடந்துட்டியேன்னு' குத்தி காட்டறதை விட ஒரு வன்மம் வேற இருக்க முடியாது"--

கதையில்..

ஊஊ

"மாலா.. நீ என்னோட மனைவியா வாய்ச்சது என்னோட அதிர்ஷ்டம் தான்னு நினைக்கிறேன்...ஐ லவ் யூ ஸோ மச்" சொல்லியவாறே மனைவியை லேசாக கட்டி அணைத்து நெற்றியில் முத்தம் இட்டார் ரமேஷ்..

"என்னங்க இது... விவேக் வேற பாத்ரூமில் இருந்து எப்ப வேணாம் வரலாம்.."

வெட்கம் லேசாக எட்டிப் பார்க்க கணவன் இடம் பொய் கோபம் காட்டினாள்..

"தலையில கருப்பு முடியை லென்ஸ் வச்சி தான் தேடணும் போல இருக்கு.. ஆனா ரொமான்ஸ்க்கு ஒன்னும் குறைச்சல் இல்லை"

"மீசை நரைச்சாலும் ஆசை நரைக்கலையே.. அதுவும் வயசு கூட கூட உன் அழகும் கூடற மாதிரி தெரியுது"

"தெரியும் தெரியும்..." என்று கூறிக் கொண்டு இருக்கும் போதே...

விவேக் பாத்ரூம் கதவை திறந்து வெளியே வரும் சத்தம் கேட்க...

"மாலா.. நான் ஹால்ல இருக்கேன்.நீ சொன்னா தான் விவேக் கேட்பான்.. நான் சொன்னா கேட்க மாட்டான்... அவனுக்கு எப்படி சொல்லணுமோ அப்படி சொல்லி அனுப்பு"

"அம்மா.. கபகபன்னு பசிக்குது..என்ன டிபன்?" என்றவாறே வந்த மகனுக்கு டைனிங் டேபிளில் டிபனை வைத்து விட்டு எதிரே அமர்ந்தாள் மாலா.

✿

"டேய்... உங்க அம்மா வேற ஒருத்தனோட ஓடிப் போயிடிச்சாமே..."

கபடியில் தோற்ற ஆத்திரத்தில் செந்தில் குத்தலாக பேசியது கத்தியால் குத்தியது போல் இருந்தது.

"டேய்.. செந்தில்.. வேண்டாம்.ஓவரா போகாதே."

"ஆமாம்.. நீயும் வேண்டாம்னு தானே உங்க அம்மா உன்னை விட்டுட்டு போனாப்படி" கோபம் தலைக்கேற... நிதானம் இழந்து...

செந்தில் மீது பாய்ந்து.. கன்னத்தில் பளார் பளார் என்று அறைய..

பக்கத்தில் இருந்த மாணவர்கள் பயத்தில் கத்த.. ஆசிரியர் வந்து தான் இருவரையும் விலக்க வேண்டி இருந்தது.

"ஏன்டா செந்தில்.. அப்படி பேசுனே?"

"நான் என்ன பொய்யா பேசுனேன்... அவங்க அம்மா இவனை-- இவங்க அப்பாவை வேண்டாம்னு வுட்டுட்டு ஓடுனது நிஜந்தானே சார்.."

13 வயது செந்தில் அடி வாங்கிய ஆத்திரத்தில் வன்மம் காட்ட...

சுற்றிலும் மாணவர்கள் இருப்பதை பார்த்த ஆசிரியர் "ரூமுக்கு வாங்க" என்று சொல்லி விட்டு போக.. சுற்றிலும்

இருந்த மாணவர்கள் குசு குசு என்று பேசியதை கேட்க கேட்க...

அவமானத்தால் உடல் குறுகியது விவேக்குக்கு.

பதினைந்து ஆண்டுகளுக்கு முன்பு வாழ்க்கையில் நடந்தது நினைவாக விவேக் நெஞ்சில் ஓடிக் கொண்டிருக்க...

கார் தார் சாலையில் மெல்ல வழுக்கிக் கொண்டு இருந்தது.

"அப்பா... நீங்க செய்யறது கொஞ்சம் கூட நல்லா இல்லை.."

ட்ரைவ் செய்து கொண்டு இருந்த ரமேஷ் அதற்கு எந்த பதிலும் சொல்லவில்லை..

"அம்மா சொல்லிடிச்சிங்கற ஒரே காரணத்திற்காக தான் அந்த பொம்பளையை பார்க்க வர்றேன்."

"ம்.."

"அதுவும் நேரில் பார்த்து.. நாக்கை பிடுங்கிட்டு சாகற மாதிரி நாலு வார்த்தை கேட்கணும்.. இழுத்துட்டு இருக்கற உயிர் பொட்டுன்னு போயிடணும்.அதுக்காகத்தான் நான் வர்றேன்"

ரமேஷ் மெதுவாக இடது கையை எடுத்து விவேக்கின் வலது கையை பிடித்தார்..

"ரொம்ப டென்ஷன் ஆகாதே மை டியர் சன்"

கையை அழுத்தினார்..

"அப்பா.. அந்த பொம்பளையால பட்ட அவமானங்கள் இன்னமும் நெஞ்சில ரணமா இருக்கு..சின்ன பையன் எனக்கே அவ்வளவு வலியும் வேதனையும்னா.. இந்த சமூகம் உங்களை எவ்வளவு காயப்படுத்தி இருக்கும்.. உங்க இதயம் எவ்வளவு தூரம் அவமானத்தாலே துடிச்சிருக்கும்... நினைச்சா...நோ.. அப்படி லேசா விட்டுட முடியாது.இப்ப சாகக் கிடக்கிறேன்..பார்க்கணும்ன்னு சொன்னா...வர்றேன்.. நறுக்குன்னு கேட்கறேன்"

கோபத்தில்.. பழைய அவமானங்கள் நெஞ்சில் வர.. கண்களில் லேசாக நீர் வந்தது விவேக்கிற்கு.

ரமேஷ் சில விநாடிகள் மெளனமாக பாதையை பார்த்து காரை ஓட்டினார்.

"விவேக்...வாழ்க்கையில படாதபாடு பட்டு.. தன்மானம் இழந்து வேற வழி இல்லாம நம்மளை வந்து பார்த்து 'உதவி'ன்னு கேட்கறவங்களுக்கு உதவி பண்ணலைன்னா கூட பரவாயில்லை.. 'அப்ப அப்படி நடந்துட்டியேன்னு' குத்தி காட்டறதை விட ஒரு வன்மம் வேற இருக்க முடியாது... அவ எங்க இருக்கான்னு வேணா நமக்கு தெரியாது. ஆனா நம்ம இந்த வீட்டுல தான் இருக்கோம்ணு அவளுக்கு நல்லா தெரியும்..அவ போன ரெண்டே வருஷத்துல ஒரு ஆக்ஸிடெண்டுல அந்த ஆள் செத்துட்டானாம்.. உன்னை பாக்கணும்னோ என்னை சேத்துக்குங்கன்னோ அவ இத்தனை வருஷமா வரலை.. தான் செஞ்ச தப்பு.. உறுத்தல்.. இப்ப சாவோட விளம்புல இருக்கற அவள் நம்மகிட்ட எதிர்பார்க்கிறது அனேகமா நம்ம மன்னிப்பு ஒன்னு தவிர வேற எதுவும் இல்லை.. வந்த அவளோட ஃப்ரெண்டும் அப்படித் தான் சொன்னாப்படி."

"அப்ப இப்ப நாம அங்க போறது பாவமன்னிப்பு கொடுக்க.. அப்படித்தானே..."

விவேக்கின் குரலில் ஒரு கேலி தெரிந்ததை ரமேஷ் கவனிக்கவே செய்தார்..

"பாவ மன்னிப்போ, உன்னை கடைசியா ஒரு தடவை பாத்துடணுங்கற ஆசையா கூட இருக்கலாம்.. நீ ஆறுதலா பேசுன்னு நான் சொல்ல மாட்டேன்.ஆனா வெந்த புண்ணுல வேலை பாய்ச்சிடாதே"

விவேக் பதில் ஏதும் கூறவில்லை..

கார் மெளனமானது.

ೞஐ

"வாங்க.. அந்த ரூமில் இருக்கா வித்யா."

அன்று நேரில் வந்து இருந்த பெண் கூறினாள்.

"விவேக்..நீ இங்க ரெண்டு நிமிஷம் இரு.நான் முதல்ல பாத்துட்டு கூப்பிடுறேன்"

ரமேஷ் உள்ளே போனார்.

கட்டிலோடு கட்டிலாய் ஒட்டிக் கிடந்தாள் வித்யா.. நோய் அவள் ஐம்பதையே எழுபதாகக் காட்டியது.

ரமேஷை பார்த்ததும் வார்த்தைகள் வராமல்... கண்களில் இருந்து நீர் மட்டும் வந்தது.

"என்னை மன்னிச்சிடுங்க... உங்களுக்கு பண்ணுன துரோகத்துக்கு... சாவு நெருக்கமா இருக்குது.. ஆனா வர மாட்டேங்குது.."

இதை சொல்வதற்கே மூச்சு திணறினாள்.

உணர்ச்சிகள் வார்த்தைகளை விடவும் கண்களில் அதிகமாக தெரிந்தது.

ரமேஷ் நிதானமாக பேசினார்.

"வித்யா.. நான் உன்னை மனசார மன்னிச்சு பல வருஷங்கள் ஆச்சு..வாழ்வோட இறுதி கட்டத்துல இருக்கற நீ குற்ற உணர்வோட.. நிம்மதி இல்லாம.. வாழவும் முடியாம.. சாகவும் முடியாம.. உன்னை.. நீ செஞ்ச தப்பு பல வருஷங்களா குத்திட்டு..மனசாட்சியா

கேள்வி கேட்டு இம்சை படுத்திட்டு இருக்குங்கறது எனக்கு நல்லா புரியுது..அதுல இருந்து உனக்கு விடுதலை கொடுக்கணுங்கற காரணத்துக்காக தான் நான் இப்ப இங்க வந்தேன்."

"இவ்வளவு நல்ல மனசு உள்ள உங்களுக்கு நா..ன் து.. ரோ..கம்..."

வார்த்தைகள் உடைந்து உடைந்து வந்தன.

"வித்யா.. யாருக்கு தெரியும் நான் அப்ப எப்படி இருந்தேன்னு.. ஒரு வேளை வாழ்க்கை அதுக்கப்புறம

என்னை பக்குவப்படுத்தி கூட இருக்கலாம்.. நான் விவேக்கை உள்ள அனுப்பறேன்"..

சொல்லி விட்டு வெளியே வந்தார்.

"விவேக்.. உள்ள போ..பாத்து பேசு"

"ம்ம்.." என்றவாறு உள்ளே போனான். சில நிமிடங்களில் திரும்பி வந்தான்.ஒன்றும் பேசாமல் மௌனமாக இருந்தான்.

"என்ன நீ கேட்க நினைச்சதை கேட்டுட்டியா? உன்னோட கோபம் எல்லாம் வடிஞ்சிடுச்சா?"

"ஒன்னும் கேட்கலை."

"ஏன்?"

"ஏற்கனவே மனசால ரணமா கிடக்கறவங்களை மென்மேலும் குத்தி கொல்ற மாதிரி அம்மாவும் நீங்களும் என்னை வளர்த்தலையே... அம்மா சொன்ன ஒரே காரணத்திற்காக தான் வந்தேன்..சரி.. போலாம்..வாங்க"..

"ஒரு நிமிஷம் விவேக். சொல்லிட்டு வந்துடறேன்"

ரமேஷ் உள்ளே போனார்..

"வித்யா.. நான் ஒரு விஷயம் உன்கிட்ட சொல்ல மறந்துவிட்டேன்.. மாலா.. அதான் என்னோட மனைவி, கண்டிப்பா ஒரு விஷயத்தை சொல்ல சொன்னாப்படி..நீ எப்ப செத்தாலும் விவேக் உனக்கு கொள்ளி போடுவான்னு... பாவம்..அவங்களுக்கு ஆசை இருந்தாலும் கேட்க மாட்டாங்க.. அதனாலே நீங்களே சொல்லிட்டு வந்துடுங்கன்னு சொல்லி அனுப்புனா".

அந்த வார்த்தைகள் கேட்டதும் அந்த ஜீவனின் முகத்தில் ஒரு மகிழ்ச்சி பரவி..கண்களில் நீர் வழிய..

கண்கள் மூடின...நிரந்தரமாக...

வெள்ளை உள்ளம்...

முருகேசனின் டைரியில் இருந்து...

அமுதா நல்லவள். சூது, வாது தெரியாதவள்.கள்ளம் கபடம் இல்லாதவள். அதுதான் நான் சில சந்தர்ப்பங்களில் தவறு செய்ய...

இனி கதை...

"அமுதா நீ போய் ரகுவ கூட்டிட்டு வந்திடு. நான் கார்லயே இருக்கேன்" என்றான் முருகேசன்.

"சரி"என்று கூறி காரில் இருந்து இறங்கி இரண்டு எட்டு வைத்த அமுதா மீண்டும் திரும்பி வந்தாள்.

"ஏங்க...நான் கூட சொன்னனே ரகுவோட டிராயிங் மிஸ்.. நீங்களும் வாங்களேன். வெரி இன்ட்ரஸ்டிங் பர்சனாலிட்டி"

பொதுவாக முருகேசன் இங்கு வருபவன் அல்ல. அமுதாவின் ஸ்கூட்டி சர்வீசுக்கு சென்றது இன்னும் திரும்ப வராததாலும், இன்று ஞாயிற்றுக்கிழமை ஆபீஸ் லீவு என்பதாலும் ரகு படிக்கும் இந்த சம்மர் கோச்சிங் பள்ளிக்கு வந்து இருக்கிறான்.

இருவரும் அந்த சிறிய மைதானத்தை கடந்து வகுப்பறைக்கு முன்னால் வந்தார்கள். டிராயிங் மிஸ் திரும்பி நின்று போர்டை பார்த்து எழுதிக்கொண்டிருந்தார். "எக்ஸ்க்யூஸ் மீ மிஸ்" என்றாள் அமுதா. அதற்குள் முருகேசனின் கண் வகுப்புக்குள் அமர்ந்திருந்த மாணவர்களில் ரகுவை தேடிக்கொண்டிருந்தது.

அமுதாவின் குரல் கேட்டு "எஸ்"என்றவாறு திரும்பி இவர்களை நோக்கி அந்த மிஸ் வர, "இவங்க தாங்க நான் சொன்னேனே ரகுவோட டிராயிங் மிஸ் மாலா" என்றாள் அமுதா மெல்லிய குரலில்.

பார்வையைத் திருப்பி அந்த மிஸ்ஸை ஏறிட்டுப் பார்த்த முருகேசன் இதயம் ஒரு கணம் நின்று துடித்தது.

"நீங்க...நீ...மாலா.. எப்படி இருக்கே?" என்றான் தந்தி பாசையில்.

ஒரு கணத்தில் சுதாரித்த மாலா

"நான் நல்லா இருக்கேன். நீ எப்படி இருக்க முருகேஷ்?" என்றாள் சிறு புன்னகையுடன்.

"அமுதா.. மாலா என்னோட காலேஜ் மேட்.நான் கூட கல்யாணம் ஆன புதுசுல உங்கிட்ட சொல்லி இருக்கேன்"

"ஞாபகம் இல்லைங்க" என்ற அமுதா, மாலாவை பார்த்து

"மேடம்.. இப்போ என் ஹஸ்பண்டும் உங்க பழைய ஃப்ரெண்ட் ஆயிட்டாரு. இனிமேலாவது எங்க வீட்டுக்கு வரலாமே" என்றாள்.

அதற்குள் ரகு அங்கு வர, "கண்டிப்பா ஒரு நாள் வரேன் அமுதா"என்ற மாலா ரகுவின் கன்னத்தைக் கிள்ளி,

"முருகேஷ். உன்ன மாதிரியே ரகுவும் நல்ல துருதுரு" என்றாள் கன்னத்தில் குழி விழ..காலேஜ் படிக்கும்போது முருகேசனை ஈர்த்த அந்த கன்னக்குழி இப்போதும் ஈர்த்தது.

அமுதா, மாலா இருவரும் ஒருசேர பார்வையில் பட, அமுதாவை விட மாலா மிக அழகு என்ற எண்ணம் அவனையும் அறியாமல் முருகேசனின் மனதில் எழுந்தது.

"பை மிஸ்"என்று கூறி கிளம்பிய ரகுவின் கையை பிடித்து காரை நோக்கி நடந்த முருகேசனின் மனதில், மாலாவின் கையை பிடித்து காலேஜில் சுற்றிய பழைய நினைவுகள் எழுவதை தவிர்க்க முடியவில்லை.

ജ്ഞ

முருகேஷ் மொபைலில் நேரம் பார்த்தான். ஐந்தரை காட்டியது. எழலாமா? வேண்டாமா? என்று யோசனையில் இருந்தான். அமுதாவின் மொபைலில் "டிங்"என்ற ஓசையுடன் நோட்டிபிகேஷன் விழுந்தது தெரிந்தது. அதை எடுத்து பார்க்க, டிராயிங் மிஸ் மாலா என்று இருக்க ஒருவித கியூரியாசிட்டி உடன் அதை ஓபன் செய்து பார்த்தான்.

"ப்ளீஸ் கால் மி வென் யூ ஆர் ஃப்ரீ"என்று குறுஞ்செய்தி வந்திருந்தது. பொதுவாக முருகேஷ் அமுதாவின் மொபைலை பார்க்க மாட்டான்.இப்போது அவனையும் அறியாமல் அவர்களுடைய பழைய சேட்டிங்கில் இருந்ததை ஒரு தடவை படித்துப் பார்த்தான். பெரும்பாலும் ரகுவின் பாடம் குறித்து இருக்க, ஓரிரு இடங்களில் அவனைப் பற்றியும் மாலா விசாரித்து இருந்தது தெரிந்தது. (டிபி) ப்ரொஃபைல் படம் பார்த்தான். அதை பெரிதாக்கி பார்க்க, மாலா கல்லூரி நாட்களில் இருந்த படம் அவனை ஈர்க்க,

"என்ன லேசாக இப்ப பூசுனது போல் இருக்கிறது கூட அவள் அழகுக்கு மேலும் அழகு சேர்க்கிறது" என்று நினைத்துக் கொண்டான்.

புரண்டு படுத்த அமுதா "என்னங்க" என்றாள் அரைத் தூக்கத்தில்.

"ஒன்னுமில்ல அமுதா" என்று கூறி மொபைலை வைத்தான் முருகேஷ்.

ൟ

"ஏங்க.. கொஞ்சம் சீக்கிரம் வீட்டுக்கு வர முடியுமா?-- ஒரு வீடு பார்க்கணும். உங்களுக்கு தான் வாஸ்து தெரியுமே?" என்றாள் எதிர்முனையில் அமுதா.

"யாருக்கு அமுதா?"

"இப்போதைக்கு சஸ்பென்ஸ். வாங்க சொல்றேன்... நம்ம தெரு முனையில் இருக்குமே ஆரஞ்சு கலர் வீடு.

அங்க வந்துருங்க. நானும் அங்க வந்துடறேன்- இன்னும் 15 நிமிஷத்திலே"

ஆரஞ்சு கலர் வீட்டின் முன் காரை நிறுத்த அதற்கு முன்னாலேயே அங்கு காத்திருந்தாள் அமுதா.

"சரி அமுதா..வீடு யாருக்கு? எத்தனை பேரு குடியிருப்பார்கள்?"

"அம்மா மகள் ரெண்டே பேரு. அதாங்க உங்க ஃப்ரெண்ட் டிராயிங் மாஸ்டர் மாலாவுக்கு தான்"

"ரெண்டு பேரா? மாலாவுக்கு கல்யாணம் ஆனது எனக்கே தெரியுமே... குழந்தை கூட ஒண்ணு இருக்குமே-- தகவல் வந்தது பிரண்டுங்க மூலமா"

"நீங்க சொல்றது சரிதான். கல்யாணம் ஆகி அவங்களுக்கு ஒரு குழந்தை இருந்ததும் வாஸ்தவம்தான். ஆனால் பத்து வருஷத்துக்கு முன்னால ஒரு ஆக்ஸிடெண்ட்ல அவங்க புருஷனும் குழந்தையும் தவறிட்டாங்க. அப்ப இருந்து அம்மாவும் மகளும் தனியாதான் இருக்காங்க. இன்னொரு கல்யாணம் பண்ணிக்க விருப்பம் இல்லைன்னு சொல்லிட்டாங்களாம்"

"அட.. மாலாவுக்கு இப்படி ஒரு கஷ்டமா? ஐயோ.. பாவம்... என்று ஒரு கணம் மனதில் எண்ணம் தோன்ற, அதனையும் தாண்டி இப்ப அவ தனி தானா என்று லேசான ஒரு சந்தோசம் மனதில் எழுந்ததையும் முருகேசனால் உணரமுடிந்தது...

இருவரும் வீட்டை பார்த்து வாடகை விவரங்களை பேசிவிட்டு வந்தார்கள்.

"வீடு ஓகேங்களா?" என்றாள் அமுதா.

"கொஞ்சம் வாஸ்து புத்தகம் ரெஃபர் பண்ணனும். காலையில சொல்றேன்" என்றான் முருகேசன்.

ஜ

முருகேசனுக்கு தூக்கம் வரவில்லை. கண்ணை மூடினால் கல்லூரி நாட்களில் மாலாவுடன் பேசியது, நடந்தது எல்லாம் மீண்டும் மீண்டும் சினிமா ஃபிளாஸ்பேக் போல மனதினில் ஓடிக் கொண்டே இருந்தது. மாலாவிற்கு வேறு இடத்தில் திருமணம் நடந்து, அதனால் ஏற்பட்ட வேதனை தீயில் வெந்து துடித்தது நினைவுக்கு வந்தது.

"சாரி முருகேஸ்... என்னால ஒண்ணும் பண்ண முடியாத சூழல். நானே வேற வழி இல்லாம வேதனையோடுதான் இந்த கல்யாணத்துக்கு ஒத்துக்கிட்டேன்..சாரி என்ன மன்னிச்சிடு" என்று கண்களில் கண்ணீருடன் மேடிட்ட வயிறுடன் முருகேசனிடம் மாலா திருமணம் முடிந்து ஆறு மாதம் கழித்து ஒரு சந்தர்ப்பத்தில் சந்தித்தபோது கதறியது கண்ணில் பிம்பமாய் தெரிந்தது.

"ஆழ்மன ஆசைகள் எப்படியேனும் நிறைவேறிவிடும் என்று சொல்வது இதைத்தானா?"

மனதில் எண்ணம் தோன்றியது.

"நம்ம ரெண்டு பேரும் விருப்பப்பட்டோம் முருகேஷ். ஆனா விதி விருப்பப்படலை போல இருக்கு"

மாலா சொன்னது நினைவுக்கு வந்தது.

"இல்ல மாலா. விதி கொஞ்சம் லேட்டா விருப்பப்படுது போல" என்று மனதுக்குள் சொல்லிக் கொண்டான்.

ஆசைகள் அவன் மனதை அலைக்கழித்துக் கொண்டிருக்க, சட்டென்று அமுதாவின் ஞாபகம் உள்ளே புகுந்தது...

"ஐயோ!.. எப்படி அமுதாவுக்கு துரோகம் பண்ண மனசு வந்தது?"

அவன் மனசாட்சி அவனிடம் கேள்வி கேட்டது.

"நானாக ஆசைப்பட்டு தேடிப் போகாதபோது, தானாக விதி மாலாவை என்னிடம் சேர்க்க நினைப்பது என்னுடைய குற்றமா?"

தன் மனசாட்சிக்கு தானே பதில் சொல்லிக் கொண்டான்.- மனம் எப்போதும் இப்படித்தான். தனக்கு சாதகமானதை மட்டுமே கூறி தன்னை சமாதானப் படுத்திக் கொள்ளும் சாகசம் வாய்ந்தது.

"சந்தோசமாக தெளிந்த நீரோடை போல சென்று கொண்டிருக்கின்ற இந்த வாழ்க்கையிலே தேவையில்லாமல் உன்னுடைய சபலத்தால் நீயே சிக்கலை உருவாக்கி கொள்கிறாயா?" மனசாட்சி மீண்டும் கேள்வி கேட்டது. உன் சபலத்தினால் உன்னுடைய வாழ்க்கையில் மட்டுமல்ல, மாலாவின் வாழ்க்கையிலும் அல்லவா நீ விளையாட போகிறாய். இது உனக்கு சரிதானா?" மனசாட்சி மீண்டும் கேள்வி கேட்டது. அந்த ஆரஞ்சு கலர் வீட்டிலே மாலாவுடன் நெருக்கமாக இருப்பது ஒரு கணம் மனதில் தோன்றி சந்தோசத்தை மனதிலே உருவாக்க, மறுகணம் அழுதா அழுதவாறு நிற்பது மனக் கண்ணில் தெரிய...

நீண்டநேரம் மன கேள்விகளில் சஞ்சரித்து, தூக்கம் வராமல் புரண்டு அவனையும் அறியாமல் தூங்கி போனான் முருகேசன்.

ஊஐஊ

"அமுதா, அந்த வீடு வாஸ்து சரியில்லை. மாலா கிட்ட சொல்லி விடு" என்றான் முருகேசன்.

"பாவம் கஷ்டப்படறவங்க. ஏதோ நம் வீட்டு கிட்ட வந்தா நம்ம ரெண்டு பேரும் உதவியா இருக்கலாம்னு நினைச்சேன். அவங்களுக்கு கொடுப்பினை இல்லை" என்றாள் வெள்ளந்தியாக அமுதா.

ஊஐஊ

...நான் சில சந்தர்ப்பங்களில் தவறு செய்ய முடியாமல் என்னை தடுப்பதுவும் அமுதாவின் வெள்ளந்தியான மனசு தான்" என்று முடிந்து இருந்தது டைரிக் குறிப்பு...

103

பாசம்...

முன் குறிப்பு:

"நாம் யாருக்கு பிறந்தோம்? நமக்கு யார் பிறந்தாங்கங்கறதை விட.. நம்ம யார் கூட வாழ்ந்தோம்... வாழற காலத்தில எப்படி அன்போடு பாசத்தோடு அவங்களோட வாழ்ந்தோம்ங்கறதுல தான் வாழ்க்கையோட அழகும் அர்த்தமும் இருக்குதுன்னு நினைக்கிறேன்..."-- கதையில்.

ജ©ை

மாலா கண்ணாடியில் தெரிந்த தன் முகத்தை மீண்டும் ஒரு முறை பார்த்தாள்.. கன்னத்தில் முன்பு காலணா அளவு இருந்த லூகோர்டமா என்று சொல்லப்படும் வெள்ளை தழும்பு இப்போது ஒரு ரூபாய் அளவிற்கு பெரிதாக இருந்தது, கருப்பு முகத்தில் பளிச்சென்று எடுப்பாக தெரிந்தது.

"இந்த மாப்பிள்ளை எத்தனையாவது?' சட்டென்று நினைவுக்கு வரவில்லை --இருக்கும் 40 -50... காதோர முடியில் ஒன்றிரண்டு வெள்ளை தெரிந்தது.

"மாலா"என்று கூப்பிட்ட வாறே உள்ளே வந்த அம்மா தெரிந்தாள் கண்ணாடியில். அவள் முகத்தில் முக்கால்வாசி வெள்ளையாய் இருந்தது.

"மாலா.. நல்ல வேளை இந்த இடம் அமையாதது.. எனக்கு கூட சரியா மாப்பிள பிடிக்கல..விடு..விடு.. நல்ல இடம் வரும் கொஞ்சம் பொறுப்போம்.."

மாலாவின் சிரிப்பில் விரக்தி தெரிந்தது.

"அம்மா. இப்போது இந்த ஆட்டத்தை இதோட நிறுத்திடுவோம். பத்து வருஷமா பலதடவை வேஷம் போட்டு வேஷம் போட்டு... முடியலைம்மா..அதுபோக ஒரு வேலை எனக்கு கல்யாணமே ஆனாலும் எனக்கு பிறக்கிற குழந்தைக்கு இந்த லூகோர்டமா வந்ததுன்னா?.. நான் படற வேதனை என் பிள்ளைக்கு வேண்டாம்மா ப்ளீஸ்.."

கண்களில் அவளையும் அறியாமல் நீர் எட்டிப்பார்த்தது.

"அடஅசடே.. இது ஒன்னும் பரம்பரை வியாதி இல்லை அப்படின்னு டாக்டர் சொன்னாரே.. மறந்துட்டியா?"

"டாக்டர் அப்படித்தான் சொன்னார். ஆனா உங்க அப்பாவுக்கு இருந்தது.. உனக்கு இருக்குது..இப்ப எனக்கு.எல்லா விஷயமும் விஞ்ஞானத்துக்கு உள்ளார அடங்கறதில்லை.. ஏன்மா, நான் இருக்கிறது உனக்கு பாரமா இருக்கா?"

"என் பொண்ணு மத்தவங்கள மாதிரி கல்யாணம் ஆயி 'கலகல'ன்னு சந்தோசமாக வாழலைன்னா மனசு பாரமாத்தான் இருக்கும்..எனக்கு அப்புறம் உனக்கு யாரு துணைன்னு நினைச்சாலே என் இதயமே வெடிக்கற மாதிரி இருக்கு மாலா.."

"சாரிம்மா..தெரியாம பேசிட்டேன்"

இருவரின் கன்னப் பரப்புகளிலும் ஈரம் படர்ந்தது.

ॐ

சீஃப் டாக்டர் அந்த லேப் டெஸ்ட் ரிப்போர்ட்டை மீண்டும் ஒருமுறை பார்த்தார்.எதிரில் அமர்ந்து இருந்த ரவிக்கு முடிவை தெரிந்து கொள்வதில் ஆரம்பத்தில் இருந்த ஆர்வம் இப்போது இல்லை.. ஏனெனில் ஏறக்குறைய அவன் நம்பிக்கையை இழந்து இருந்தான்.

"ரவி உங்களுக்கு எல்லாவிதமான சிகிச்சையும் செஞ்சாச்சு.. பட் very sorry to say உங்களால தகப்பனாக

முடியாது.ஆனால் அதேசமயம் உங்களால ஒரு பெண்ணை உடலுறவில் முழுமையாக திருப்திப்படுத்த முடியும்."

"ஓகே டாக்டர்.. பத்து வருஷத்துக்கு முன்னால உங்ககிட்ட சிகிச்சைக்கு வந்தப்ப இருந்த ஆர்வம் இப்ப இல்லை. கல்யாணம், குடும்பம் இதெல்லாம் இப்ப பெருசா மனசுல தோனறதே இல்லை. உண்மையைச் சொல்லவும் முடியாமல், சொல்லாமல் இருக்கவும் முடியாமல்..எப்படி கல்யாணம் பண்ணி...வாழ்ந்து..ஓகே டாக்டர்!. வர்றேன்."

"ரவி.. நம்பிக்கை இழந்துடாதீங்க. வாரிசுகள் மட்டுமே வாழ்க்கையாகி விடாது. வாழ்க்கை ரொம்ப பெருசு.. குழந்தை என்பது ஒரு அங்கம் -ஆனா அது மட்டுமே வாழ்க்கை அல்ல."

"தேங்க்யூ டாக்டர்"

சொல்லிவிட்டு லேப் ரிப்போர்ட் பைலை எடுத்துக் கொண்டு அறையை விட்டு வெளியே வந்த ரவியின் கண்களில் பட்டார்கள், நாற்காலியில் அமர்ந்து இருந்த வயதான பெண்ணும் அவர் மகளும் முகங்களில் வெள்ளைத் தழும்புகள் உடன்.

ஊஊ

வாங்கிக் கொண்டு வந்திருந்த கடிதத்தை எதிரில் அமர்ந்து இருந்த நபரிடம் கொடுத்துவிட்டு

"எங்களுக்கு ஒரு குழந்தை வேணும்." என்றனர் கணவன் மனைவி இருவரும்.

"எந்த வயசுல?' என்றார் அந்த அரசு அனாதை இல்ல நிர்வாகி.

"ரெண்டு வயசுக்குள்ள"

"உங்களுக்கும் 45 வயசு ஆயிடிச்சு. சின்ன குழந்தையை வளர்த்து ஆளாக்கி கல்யாணம் பண்ணி, ரொம்பக் கஷ்டமாச்சே.. ஏன் குறிப்பா சிறு குழந்தையையே கேட்கறீங்க?"

"சார்.. சின்ன குழந்தைகள்னா அவங்களுக்கு நாங்க பெத்த அப்பா அம்மா கிடையாதுன்னு தெரிய வாய்ப்பில்லை. என்னதான் நாங்க பாசத்தோடு வளர்த்தாலும்..இவங்க நம்மள பெத்த அம்மா அப்பா இல்லைன்னு எப்பவாவது அந்த பிள்ளை மனசுல தோணிடிச்சின்னா..."

"நீங்க சொல்றது ஒரு விதத்தில சரிதான்.. ஆனா இப்ப அந்த மாதிரி சின்ன குழந்தைங்க எதுவும் இல்லையே!"

அனாதை இல்ல நிர்வாகி கூற, என்ன செய்வது என்று தெரியாமல் ஒரு கணம் கணவன் மனைவி இருவரும் மெளனம் காக்க, அந்த கனத்த நிசப்தத்தை கலைத்தது "அம்மா" என்ற குரல்.

அந்த பெண் திரும்பினாள்..

ஏறக்குறைய பன்னிரெண்டு வயது சிறுவன் ஒருவன் நின்று இருந்தான்.

"என்ன தம்பி?"

"ஒரு சந்தேகம்மா"

"கேளுப்பா"

"பெத்தபிள்ளைஇல்லைன்னுதெரிஞ்சாலும்அந்தபையன் மேல நீங்க உண்மையான பாசம் காட்ட முடியுங்கறப்ப, தன்னை பெத்த அம்மா அப்பா இவங்க இல்லைன்னு தெரிஞ்சதனாலயே அந்த பையன் உண்மையான பாசம் காட்ட மாட்டான்னு நீங்க ஏன் நினைக்கிறீங்க?"

சிறுவனின் கேள்விக்கு பதில் சொல்ல முடியாமல் தவித்தார்கள்.

"நீங்க என்னை மகனா ஏத்துக்குவீங்களா?.. நான் உங்களை என்னை பெத்தவங்களா ஏத்துக்கறேன்."

"போன மாசம் தான் இவனோட அம்மா அப்பா ஒரு ஆக்சிடென்ட்ல இறந்து, தூரத்து உறவினர் ஒருத்தர் பையனை இங்க கொண்டு வந்து சேர்த்துட்டு போனார்"

இடை புகுந்து விளக்கம் கொடுத்தார் நிர்வாகி.

கணவன் மனைவி இருவரும் ஓரிரு நிமிடங்கள் பேசி...

"வாடா மகனே" என்று அந்த பெண் அழைக்க... அந்த பையன் அருகில் செல்ல... அவன் தலையை கோதியவாறே...

"பேர் என்ன கண்ணு?" என்றவள் கன்னத்தில் வெள்ளை தழும்பு பளீரிட்டது.

ഇ

திரையில் ஓடிய படத்தை நிறுத்தி விட்டு மேடையில் இருந்த மைக்கை பிடித்தார்-- பிரபல தொழிலதிபரும் சமூக சேவகருமான ஷ்யாம்.

அரங்கு முழுவதும் ஆண் பெண் இருபாலரும் அமர்ந்து இருந்தார்கள்...

"நண்பர்களே.. நீங்க எல்லோரும் தங்களுக்குன்னு ஒரு வாரிசு வேணும்ம்னு தான் செயற்கை கருத்தரித்தல் மூலமா குழந்தை பெற சிகிச்சை பெற வந்து இருக்கீங்க...அது ஒரு மருத்துவ முன்னேற்றம்.. அதைக் குறை சொல்ல விரும்பலை... தங்கள் உயிர் அணு மூலம் பிறக்கிற வாரிசு தான் வேணும்ம்னு நினைக்கிறவங்க அதை முயற்சி பண்றது அவரவர் விருப்பம்.. ஆனால் சிலதை உங்களுக்கு சொல்ல வேணும்ம்னு நினைக்கிறேன். ஒரு பக்கம் லட்சக்கணக்கான பேர் குழந்தை இல்லாம, வாழ்க்கை பிடிமானம் இல்லாம, நமக்கு ஒரு குழந்தை வேணுமேன்னு ஏக்கத்தோட, இன்னொரு பக்கம் பெற்றோர்களை இழந்து வாழ்க்கையை வழி நடத்த முடியாம, அனாதைங்களா பல லட்சம் குழந்தைகள். ஏன் இந்த குழந்தை இல்லாதவங்க இந்த குழந்தைகளை தத்தெடுத்து தங்கள் பிள்ளைகளா வளர்த்தா, இரண்டு பக்கமும் சந்தோஷம் பிறக்குமே... இதுக்கு எது தடையா இருக்கு?.. நம்ம ஜீன்ல பிறக்கிற குழந்தை தான் நம்ம மேல பாசமா இருக்குங்கற தவறான நம்பிக்கை...

பாசம், அன்பு எல்லாம் பிறப்பால் தான் வருதுன்னா அறிவு எதுக்கு?... நாம் யாருக்கு பிறந்தோம்? நமக்கு யார்

108

பிறந்தாங்கங்கறதை விட.. நம்ம யார் கூட வாழ்ந்தோம்... வாழற காலத்தில எப்படி அன்போடு பாசத்தோடு அவங்களோட வாழ்ந்தோம்ங்கறதுல தான் வாழ்க்கையோட அழகும் அர்த்தமும் இருக்குதுன்னு நினைக்கிறேன். இந்த ஷ்யாமை ஒரு பெரிய தொழில் அதிபரா, பல தொண்டு நிறுவனங்களுக்கு நிர்வாகியா தான் தெரியும்னு நினைக்கிறேன்.. நீங்க இப்ப பார்த்த படத்துல இருக்கற பையன் நான் தான்னு தெரியாது.. இந்த ட்ரஸ்ட், கம்பெனிகள் எல்லாம் இயங்கறது என்னை ஆளாக்குன படத்தில நீங்க பார்த்த என் பெற்றோர்கள் ரவி--மாலா பேர்ல தான்னு தெரியாது. நம்ம ரத்த உறவுகள் மூலம் தான் நமக்கு பாசம் கிடைக்கும், பேர் நிலைக்குங்கற அவசியம் இல்லைன்னு நீங்க புரிஞ்சிட்டா போதும்..

அதுவே மாற்றங்களை தானாகவே கொண்டு வந்துடும்"...

கோடி சேலை...

"இந்த சேலை ஓக்கே வா?"

என்ற சேல்ஸ்மேன் குரல் தான் ரமேஷை நினைவுகளில் இருந்து வெளிக் கொண்டு வந்தது. அலமேலு அக்காவுக்கு பிடித்த சிகப்பு நிறம். "ம்" என்று ஒற்றை வார்த்தையில் பதில் சொல்லி, பாக்கெட்டில் இருந்த ஒற்றை 500 ரூபாயைக் கொடுத்து, மீதி கிடைத்த நூற்று சொச்சத்தைப் பாக்கெட்டில் போட்டு கொண்டு கடையை விட்டு வெளியே வந்தான். தீபாவளி முடிந்து சில தினங்களே ஆனதால் கடை வீதி வெறிச்சோடி இருந்தது. முன்னால் நடக்க நடக்க நினைவுகள் பின்னோக்கி போனது.

"தம்பி..அக்கா இப்படி சொல்றேன்னு தப்பா நினைக்காதே.நீ கல்யாணம் பண்ணிக்காதப்பா. உன்னோட இரக்க குணம் இந்த சமூகத்துக்கு, அதிலும் குடும்ப உறவுகளுக்கு ஒத்து வராது.நாங்க எல்லாம் எங்க குடும்பம் தான் உலகம்னு நினைக்கற சராசரி மனிதர்கள்.. எங்களால இந்த உலகம் தான் குடும்பம்னு நினைக்கற உன்னை புரிஞ்சுக்கவும் முடியாது.உன்னோட மனைவி, பிள்ளைகள்னு யாரும் இணைந்து வாழவும் முடியாது..நீ தம்பி தான் வயசுலன்னாலும் அம்மா அப்பா இல்லாத எங்களுக்கு நீ உண்மையிலேயே ஒரு தகப்பனாத் தான் வாழ்ந்துட்டு இருக்கே."

திருமணம் ஆகி போகும் போது அக்கா சொன்னது நினைவுக்கு வர,

மெல்ல மனதுக்குள் சிரித்துக் கொண்டான்.

ஆயிற்று 50 வயது தீபாவளி உடன்..அக்கா வீடு பக்கம் தான்..நடந்தே சென்று விடலாம்.1 மணிக்கு என்று தானே சொன்னார்கள்.

மெதுவாக சேலைப் பையை கையில் தொங்க விட்டவாறே நடந்தான். இந்த தெருவிற்கு வந்து 20 வருடங்கள் இருக்குமா? அடையாளமே தெரியாத அளவுக்கு மாறி விட்டது என்று எண்ணி கொண்டான். முதல் நாள் பெய்த மழையில் ஆங்காங்கே மழைநீர் தேங்கி இருந்தது. தன் ஸ்லிப்பர் செருப்பு வேட்டியில் சேறு அடிக்காமல் இருக்க, வேட்டியை தூக்கி கட்டினான்... நினைவுகளோ பின்னோக்கி..

ரமேஷ் அக்கா சாப்பாட்டுக்கு போட்ட தயிரை பிசைந்து வாயில் போட்டு மென்று கொண்டு இருக்கும் போது பேச்சு குரல் கேட்டது.

"உன் தம்பி இருந்த வேலையையும் விஆர்எஸ்-ல விட்டுட்டான்.இங்க ஓசு சோறு கிடைக்குதுன்னு டேரா போட்டுடப் போறான்".

"சத்தமா பேசாதீங்க.அவன் காதுல விழுந்துடப் போகுது.. பாவங்க அவன்" என்ற அக்கா குரல் கேட்டது. சாப்பிட்டு முடித்து பிறகு ரமேஷ் கிளம்பும் போது அக்கா தனிமையில் சொன்னாள்:

"ரமேஷ்.. இனிமே நீ இங்க வராதடா.தங்கச்சி வசந்தி கல்யாணம் தடைபடாம நடக்கறதுக்காக உன்னோட வாழ்க்கையை பணயம் வைத்து வேலையை உதறுனே விஆர்எஸ் - கொடுத்தால்பணம் கிடைக்குமேன்னு..நீ தம்பி இல்லைடா.. தகப்பன் சாமிடா..உன்னை மாதிரி இருக்கறவங்களை இந்த உலகம் கொண்டாடலைன்னாலும் பரவாயில்லை- ரணப்படுத்தாமலாவது இருக்கலாம்..ஆனால் இருக்காது. எனக்காக எந்த ஏச்சையும் நீ தாங்கிக்குவே. ஆனா, உன்னை யாராவது பேசுனா தாங்க எனக்கு சக்தி

இல்லை.நீ வந்தா, நான் அங்கே வர்ற மாதிரி தான் ஆகும். ப்ளீஸ்..ரமேஷ் வராதே..."

கண்களில் நீர் உடன் அக்கா பேசியது தான் கடைசி ஆக அக்காவை பார்த்து பேசியது. இருக்கும்..இருபது வருடங்களுக்கு குறையாமல் இருக்கும். அமெரிக்காவில் இருந்து தங்கை வசந்தி பக்கத்து வீட்டு பரிமளா அக்கா மொபைலில் லைனுக்கு வந்து,

"அண்ணா.. அலமேலு அக்கா விடியற்காலை இறந்துடிச்சாம்.மதியம் 1 மணிக்கு எடுக்கறாங்களாம். என்னால வர முடியாது.நீ போகாம இருந்துடாதே. அக்காவுக்கு பிறந்த வீட்டுக்காரங்க செய்ய வேண்டிய கோடி சேலை போட மறந்துடாதே!.. நம்ம உறவுக்கு அது தான் சாட்சி.அக்காவுக்கும் அதுதான் விருப்பம்."

வசந்தி ஃபோனில் சொன்னது ஞாபகம் வந்தது.

நடந்தான்...வீட்டு வாசலில் கூட்டம் தெரிந்தது. தயங்கி தயங்கி முன்னே போனான்.அப்போது தான் இறுதி மரியாதை செலுத்த அக்காவை கொண்டு வந்து வாசலில் கிடத்தினார்கள். அக்கா வீட்டுக்காரர் அரைகுறையாக லேசாக தலை ஆட்டினார்.அருகில் நின்று இருந்த பெண்கள் அக்கா ஜாடையில் தெரிந்தனர்.

அருகே சென்று பார்த்தான்.அக்கா முகம் இறுகிப் போய் இருப்பதாக தெரிந்தது ரமேஷுக்கு.

"என்னை புரிஞ்ச ஒரே ஜீவன் நீயும் போயிட்டியா?"

அவனையும் அறியாமல் கண்களில் நீர் வழிந்தது.

நகர்ந்து நின்றான்.

"அலமேலுவோட தம்பி. பொறந்த வீட்டு கோடி போட வந்துருப்பான் போல..."

இரு பெருசுகள் பேசிக் கொண்டது காதில் விழுந்தது.

சுற்றிலும் பலர் இருந்த போதிலும் தனியாக நிற்பது போல் பட்டது.

யாரும் ஒரு வார்த்தை கூட பேசவில்லை. எப்படியும் சடங்கு முடித்து கோடி சேலை போட அரைமணி நேரத்திற்கு மேல் ஆகும். பசி வயிற்றைக் கிள்ள, காலையில் இருந்து சாப்பிடாதது அப்போது தான் நினைவுக்கு வந்தது. அதற்குள் ஒரு டீ சாப்பிட்டு விட்டு வரலாம்.. நேரமும் போய் விடும்.. நினைத்தவாறே ரோட்டை நோக்கி நடந்தான்.10 நிமிட நடையில் டீக்கடை வந்தது. ஒரு டீ சொல்லி வாங்கிக் குடித்தான். பசி கொஞ்சம் அடங்கியது போல் இருந்தது..

காசு கொடுத்து விட்டு திரும்ப...அக்கா வீட்டை நோக்கி நடக்க...

கூட்டம் கண்ணில் பட்டது..10 நிமிடத்திற்கு முன்பு இல்லையே என்று எண்ணியவாறு அருகில் போனான்.

"என்னங்க?"

"ஆக்சிடென்ட். அடிச்சிட்டு வேன் நிக்காம போயிடிச்சி. பொண்ணு ஸ்பாட் அவுட்."

எட்டிப் பார்த்தான்.

30 வயது பெண் ஒன்று ரத்த வெள்ளத்தில்...

உடைகள் கிழிந்து மார்பு, தொடை எல்லாம் தெரிய..

ரமேஷ் சுற்றிலும் ஒரு முறை பார்த்தான்.

பலரும் பார்த்து "உச்சு" கொட்டி நகர்ந்து கொண்டு இருக்க,

ரமேஷ் அருகில் போனான்.

"மூச்சு இல்லை. போலீஸ் வந்துடட்டும். 108 க்கும் போன் பண்ணியாச்சு"

யாரோ ரமேஷ் இடம் சொன்னார்கள்.

ரமேஷ் ஒன்றும் பேசாமல் கையில் இருந்த பையில் இருந்த சேலையை எடுத்து அந்த பெண்ணின் உடல் மீது போர்த்தினான்.

கூட்டத்தை விட்டு வெளியே வந்தான்.

அதற்குள் அக்கா உடல் தெருக் கோடிக்கு வந்து இருந்தது.

"கோடி போட வந்து இருக்கிறான்னு நினைச்சது தப்பாயிடிச்சி. தறுதலை இன்னமும் திருந்தலை போல. அதனால தான் அலமேலு கிட்ட சேத்துக்கலை போல"

அந்த பெருசுகள் ரமேஷைக் கடக்கும் போது பேசியது கேட்டது.

இறுதி ஊர்வலம் தெருக் கோடியில் கடக்க, ரமேஷ் அக்காவுக்காக வாங்கிய கோடி சேலை சாலையில் கிடந்த பெண்ணின் உடலில் போர்த்தப்பட்டு இருந்ததைப் பார்த்து, அக்கா முகம் மலர்ந்தது போல் பட்டது ரமேஷுக்கு.

லிவிங் டுகெதர்...

ஏனோ அதிகாலை நாலரை மணிக்கே அலமேலுவுக்கு தூக்கம் கலைந்து விட்டது.மகன் ரமேஷின் நினைவுகள் சற்றே கூடுதலாக, தொடர் அலைகளாக மனதில் எழுந்து கொண்டே இருந்தது.

எதை வலுக்கட்டாயமாக ஒதுக்க நினைக்கிறோமோ அதைத் தான் கூடுதலாக நினைவூட்டும் சதிகாரன் தான் இந்த மனசு.படுக்கையில் புரண்டு படுத்தாள். 62 வயது ஆவதால் படுத்தார் என்று சொல்வதே மரியாதையாக இருக்கும் என்பதால் புரண்டு படுத்தார் அலமேலு என்று திருத்திக் கொள்வோம்.அருகில் படுத்து இருந்த விஸ்வநாதன் "ஏன் அலமேலு.புரண்டு புரண்டு படுக்கறே? தூக்கம் வரலையா?"

ஒரு கணம் அமைதி நிலவியது.

"ரமேஷ் ஞாபகம் தான். பார்த்து 3 வருஷம் ஆகப் போகுது. காலிங் பெல் அடிக்கிற சத்தம் கேட்டு போய் கதவைத் திறந்து பார்த்தா நம்ம ரமேஷ் நிக்கிறான்-- கனவுல"

கண்களின் ஓரத்தில் லேசாக கண்ணீர் எட்டிப் பார்த்தது. விஸ்வநாதன் ஆதரவாக கையைப் பற்றினார்.

"கவலைப்படாதே அலமேலு.கண்டிப்பா ரமேஷ் வருவான்.உன்னோட தாய் பாசம் அவனை வரவைக்கும். இதுக்கு போய் கண்கலங்கிட்டு."

"மொட்டை மாடிக்கு கொஞ்ச நேரம் போலாமா? மனசு ரிலாக்ஸ் ஆகும்."

"கண்டிப்பா"

இருவரும் எழுந்து மொட்டை மாடிக்கு போய் மெல்ல பேசியவாறே நடந்தார்கள், கீழ் வானில் ஆதவன் எட்டிப் பார்க்க ஆரம்பிக்கும் வரை.

ஜை

59 வயதில் திடீரென பேச்சுலர் ஆனால் எவ்வளவு கஷ்டம் என்பதை மனைவி இறந்த பிறகு தான் உணர்ந்தார் விஸ்வநாதன்.அதிலும் இளம் வயது முதலே ஆபீஸ், ஆபிஸ் விட்டால் வீடு என்றே வாழ்ந்து பழகிய மனிதர்களுக்கு அதிலும் தனக்கு என்று மகனோ மகளோ இல்லாத தம்பதிகளில் ஒருவர் மறைந்து, மற்றவர் மட்டுமே வாழும் வாழ்க்கை என்பது வார்த்தைகளில் கொண்டு வர இயலாத

சோகத்தை, கஷ்டத்தை உள்ளடக்கியது.

ஒரே நாளில் நான், எனது மனைவி என்று வாழ்ந்து பழகிய மனிதர்களால் இந்த சமூகத்திற்காக வாழ்கிறேன் என்று எல்லாம் சேவை வாழ்க்கை வாழ்ந்து விட முடியாது.

இன்னமும் சொல்ல போனால் அறுபது என்பது தான் உடல் தளரும் பருவம்.உள்ளபடியே ஆணுக்கும் பெண்ணுக்கும் ஒரு ஊன்றுகோல், ஆதரவு அவசியம் தேவைப்படும் காலம். உடல் ஒத்துழைக்காத போது தான் உள்ளமும் தளர ஆரம்பிக்கிறது என்பதுவும் ஒரு சார்பு உண்மையே. விஸ்வநாதன் மனைவி இறந்த ஒரே வாரத்தில் பல வயது கூடிப் போன தளர்வுகளை கண்டார் தன் உடலிலும் உள்ளத்திலும்.உடல் தளர்வுக்கு வைட்டமின் ஊசி மருந்து போட்டு சரி படுத்தி கொள்ளலாம்.ஆனால் உறவுகள் இல்லாத தனிமை நோய்க்கு?.

இளம் வயதில் பேச்சுலர் வாழ்க்கை என்பது கொண்டாட்ட காலம்.ஆனால் முதுமையில் பேச்சுலர் வாழ்க்கை என்பது கொடுமையான காலமே அறுதிப் பெரும்பான்மையானோருக்கு. விஸ்வநாதனின் அந்த காலகட்டத்தில் தான் ஒரு நாள்..

ஜை

"டேய்.. சுந்தர்.என்னடா கொத்தவரங்காய் மாதிரி இருந்தவன் இப்ப பூசணிக்காய் மாதிரி.."

"நீ மட்டும் என்னவாம்? கேசவர்த்தினி ஹேர் ஆயிலுக்கு மாடல் மாதிரி இருந்தவன் இப்ப "விக்" கம்பெனி மாடல் மாதிரி இருக்கறே?"

"நீங்க...நீ அலமேலு தானே?"

"ஏன் பசங்கன்னா நல்லா அடையாளம் தெரியுது. பொண்ணுங்கன்னா அடையாளம் தெரிய மாட்டேங்குதா?"

"அட..படிக்கிற காலத்தில பொண்ணுங்களை ஏறெடுத்துப் பார்க்காம படிச்சு வளர்ந்தமா அடையாளம் தெரிய மாட்டேங்குது."

குப்பென்று ஒரு சிரிப்பலை படர்ந்தது.

அறுபதை நெருங்கிக் கொண்டு இருந்தவர்கள் இருபதுகளின் கல்லூரி

நினைவுகளில் பயணித்து உற்சாகம் பெற்றார்கள்.

"ரொம்ப நன்றிடா பழனிச்சாமி.உன் பையன் கல்யாணத்துக்கு 37 வருஷத்துக்கு முன்னாடி ஒன்னா படிச்ச காலேஜ் நண்பர்களை தேடி கண்டுபிடிச்சு கூப்பிட்டு அதிலும் நாங்க 10 பேர் கலந்துகிட்டு..."

கண்கலங்கினார்கள்.

கதைத்தார்கள்.

நகைத்தார்கள்.. தங்கள் வாழ்க்கையை பகிர்ந்தார்கள்..

எக்ஸெட்ரா..எக்ஸெட்ரா..

அப்படித் துளிர்த்தது தான் விஸ்வநாதன் அலமேலு நட்பு.படிக்கும் காலத்தில் நெருங்கி பழகிய நண்பர்களோ ஒருவரை மற்றவர் விரும்பிய காதலர்களோ கூட அல்ல. ஒரே கல்லூரியில் ஒரே வகுப்பில் 3 ஆண்டுகள் இணைந்து படித்த ஒருவரை ஒருவர் அறிந்த நபர்கள் என்று சொல்வதே பொருத்தம் ஆக இருக்கும்.

இளம் பருவத்தில், கல்லூரி காலத்தில் ஆண் பெண் பேசி நட்பு கொள்வதை விடவும் வயோதிக (முது இளம்?) பருவத்தில் ஆண் பெண் நட்பு கொள்வது எளிதாகவே இருக்கிறது.. இருந்தது விஸ்வநாதன் அலமேலு இருவருக்கும். இருவரும் பேசினார்கள்.. பகிர்ந்து கொண்டார்கள் அவரவர் வாழ்க்கையை.

அந்த திருமண நிகழ்வு தான் இவர்கள் புதிய உறவுக்கு பிள்ளையார் சுழி ஆக அமைந்தது.

ஜஜ

"இது சரிப்பட்டு வருமா? கொஞ்சம் பயமா கூட இருக்கு"

"இருக்கத்தான் செய்யும் அலமேலு. ஏறக்குறைய நான் தனி மரம் தான்.என் தம்பி எப்பவோ போயிட்டான்.அவன் பிள்ளைங்க எப்பவுமே தாமரை இலை தண்ணீர் தான் என் கூட. அதனாலே நான் யாருக்கும் பதில் சொல்லவோ பயப்படவோ தேவை இல்லை. ஆனால் உனக்கு அப்படி இல்லை.. மகன் இருக்கான்.பேரன் இருக்கான். உறவுகள் இருக்கு. அதுலயும் ஒரு பெண்ணை மிக சுலபமா குத்தி கிழிக்க இந்த சமூகத்தில பல கழுகுகள் இருக்கு."

"மத்தவங்களை பத்தி எனக்கு கவலை இல்லை விச்சு. என் மகன் இதை புரிஞ்சு சம்மதிப்பானாங்கறது தான் என் பிரச்சினை"

"இதுல நான்என்ன சொல்ல முடியும்..யூ நோ ஹிம் பெட்டர் தென்மீ"

"உண்மைதான்.. ஏறக்குறைய 16 வருஷத்தில் இருந்தே அப்பா இல்லாமல் என் வளர்ப்புல வளர்ந்த பையன்தான். பாசக்கார பையன் தான்.நியூசிலாந்துல வேலை கிடைச்சப்ப என்னை விட்டுட்டு போகவே மாட்டேன்னு ஆடம் பிடிச்ச பையன் தான். உனக்கு கல்யாணம் ஆனதும் நானும் அங்கேயே உன் கூட வந்துடறேன்னு சொல்லி தான் அவனை நியூசிலாந்துக்கே அனுப்பிச்சேன்.அதே மாதிரி

அவன் கல்யாணத்துக்கு அப்புறம் அங்கே போனேன். அந்த ஊர் க்ளைமேட் என்னோட உடலுக்கு ஒத்துக்கலை. மூச்சுத் திணறல்.என்னோட கஷ்டத்தை பார்த்துட்டு அவனே அனுப்பிட்டான்.அவனும் இந்தியா வந்துடறேன்னு தான் சொன்னான்.அவன் மனைவி வேண்டாம்னு சொன்னா. அங்க இருக்கிறது தான் அவன் வாழ்க்கைக்கு நல்லதுன்னு நானும் சொல்லிட்டேன்.. இப்ப அந்த நாட்டு குடிமக்களா வெல் செட்டில்டு.ஒரு மகனா அவன் எல்லாம் சரியாகத்தான் செஞ்சி இருக்கான்.. ஆனால் எங்க அண்ணன் போனதுக்கு அப்புறம் இப்ப ரெண்டு வருஷமா பக்கத்தில சில உறவுகளோட இருந்தாலும் உறவுகளோட வாழறேன்னு சொல்ல முடியாது.எஸ்.ஜெ.சூர்யா சொல்ற மாதிரி "இருக்கு. ஆனா இல்லை கதை தான்".'

"அலமேலு.ஆயிரம் உறவுகள் இருந்தாலும் வயோதிகத்தில முழுமையா நம்ம கூட பயணிக்கற ஒரு உறவு தேவைப்படுது.அது காமம் சார்ந்து இல்லை. உன்னை பாத்துக்க நான் இருக்கேன்.என்னை பாத்துக்க நீ இருக்கேங்கற பரஸ்பர நம்பிக்கையை மனசுல தர்ற ஒரு உறவு.இன்னமும் சொல்லப் போனால் அது கணவன் மனைவி ஆகவே இருந்தா கூட அது நல்ல விதமா அமையணும்னா அதுல பரஸ்பர நட்பு, ஸ்நேகம், அன்பு தான் அடித்தளம். பேசு. புரிஞ்சுக்குவான்னு நினைக்கிறேன்."

"லிவிங் டுகெதர் சரிப்படுமா?"

"லிவிங் டுகெதர் தான் பெட்டர் ஆப்ஷன்னு நினைக்கிறேன். சட்ட

ரீதியான கணவன் மனைவி உறவு ஒரு குறிப்பிட்ட வயதுக்கு மேல நம்ம சந்ததிகளுக்கு தொந்தரவு ஆகக் கூட மாறலாம். சொல்லப் போனா இது இரு நண்பர்களோட இணைந்த வாழ்க்கை பயணம்னு கூட சொல்லலாம்."

"ஆனால் இந்த சமூகம்?"

"அதை விட்டு தள்ளு. நீயோ நானோ யாருக்கும் துரோகம் பண்ணிட்டு ஒன்னு சேரலை.ஒரு கணவனா, மனைவியா ஆத்மார்த்தமா வாழ்ந்து இருக்கோம். இப்ப நாம நம்ம வாழ்க்கைக்கு எது சரியானதோ அதை நமக்காக வாழப் போறோம்.உண்மையான அன்பு கொண்ட மனசு இதை புரிஞ்சிக்கும்.கண்டிப்பா ரமேஷ் இதை புரிஞ்சுக்குவான்"

ജ്ജ

ஒலித்த காலிங் பெல் விஸ்வநாதன் நினைவுகளை கலைக்க, எழ முயன்ற அலமேலுவை தடுத்து,

"நான் போய் திறக்கறேன்" என்று எழுந்து சென்று கதவை திறந்தவர்

"வா ரமேஷ்"என்றார்.

அந்த வார்த்தையை கேட்டதும் அலமேலு அகமும் முகமும் மலர..

அவர்கள் இருவரும் தனித்து பேசட்டும் என்று சூழலை உணர்ந்து அருகில் உள்ள ரூமுக்குள் விஸ்வநாதன் செல்ல..

அடுத்த அரை மணி நேரம் அவர்கள் இருவரும் மனம் விட்டு பேசி...

"விச்சு.." என்ற அலமேலுவின் குரலுக்கு ஹாலுக்கு வந்தார் விஸ்வநாதன்.

"அங்கிள்"

"சொல்லுப்பா"

"அம்மாவை நல்லா பாத்துக்குங்க.. என்னால தான் அவங்களை கூட இருந்து பாத்துக்க முடியலை. அம்மாவோட இந்த முடிவு சரிதான். சடனா அப்பா இடத்துல இன்னொருத்தரை வச்சு பார்க்க மனசு இடம் தரலை. அதனால தான் இங்கே வந்து தங்கலை வர்றேன்"

விஸ்வநாதன் கையை இறுக்கமாக பற்றினான்-- அதில் நன்றி என்ற அர்த்தம் அழுந்தி இருந்தது.

ரமேஷ் வெளியேற,

மனபாரம் இறங்கி,

மனம் லேசானதில் அலமேலு கண்களில் நீர் வழிய,

"நான் தான் சொன்னேனே அலமேலு.. கண்டிப்பா ரமேஷ் வருவான்னு.ஏன்னா உண்மையான அன்பு நாம நேசிக்கறவங்களோட நலனை மட்டுமே தான் பார்க்கும். அதுக்கு இந்த சமூகம், கௌரவம் எல்லாம் ரெண்டாம் பட்சம் தான்"...

ജ

ஒருவருக்கு ஒருவர்...

"அண்ணே..."

"சொல்லு ரமேஷ்"

"பையனுக்கு காலேஜ் ஃபீஸ் கட்டியாகணும். இரண்டு நாள் தான் இருக்கு.கட்டலேன்னா எக்ஸாம் எழுத விட மாட்டாங்க.. பாக்கலாம்.தர்றேன்னு சொன்னீங்க.."

மணிகண்டனுக்கு 4, 5 மாதங்களுக்கு முன்பே ரமேஷ் கேட்டதும் தான் சொன்னதும் ஞாபகத்துக்கு வந்தது.

"சொன்னேன் ரமேஷ்.ஆனா, இந்த கொரானா வந்து நிலமையையே திருப்பி போட்டுடுச்சே. 4 மாசமா தொழிலே இல்லை.. உனக்கே தெரியும்.எவ்வளவு வேணும்.என்னிக்கு கடைசி நாள்?"

"1 லட்சம் கட்டணும். இது கட்டிட்டா கோர்ஸ் முடிஞ்சிடும்.இன்னும் 2 நாள் இருக்குங்கண்ணா"

"ம்ம்" என்று ஒரு கணம் யோசித்தவர்,

"நாளைக்கு ஆளுங்க சம்பளத்துக்கே என்ன பண்றதுன்னு தெரியலை.உனக்கு எப்படி அரேஞ்ச் பண்றதுன்னு புரியல.

ஏற்கனவே பேங்க்ல கொடுத்த எக்ஸ்டிரா சிசி யும் யூஸ் பண்ணியாச்சு.நிலமை என்னன்னு உனக்கே நல்லா தெரியும்.

பார்க்கலாம் ரமேஷ்.. ஆனால் கேரண்டி தர முடியாது என்னால."

ரமேஷுக்கு வார்த்தைகள் வரவில்லை.

"மரகதம் சாகறப்ப வச்சிட்டு போன நகை எல்லாம் வச்சி எப்படியோ இத்தனை நாள் ஃபீஸ் கட்டிட்டேன். இந்த ஒரு ஃபீஸ் கட்டிட்டா..."

கண்கள் கலங்கின.

மணிகண்டனுக்கும் கஷ்டமாகத் தான் இருந்தது.. ஆனால் யதார்த்த சூழல் எந்த ஒரு உத்திரவாதம் தரவும் மறுத்தது.

"சரி ரமேஷ்..ஒர்க் ஷாப் சாவி இந்தா. போய் திற. நான் 10 நிமிஷத்தில் வந்துடறேன்"

சொன்னவாறே சாவியை கொடுத்து விட்டு உள்ளே போனார் மணிகண்டன்.

ೞಕಾ

ஒலித்த மொபைலை எடுத்து காதுக்கு கொடுத்தார் மணிகண்டன்.

"சொல்லு கார்த்தி"

"மாமா. நீங்க கடனா கேட்ட பணம் ஆகாது போல இருக்கு.

பைனான்ஸ் பண்ற ஃபிரெண்டு திடீர்னு ஏதோ இடம் வாங்கறேன். அடுத்த வாரம் பார்க்கலாம்னு சொல்றான். நீங்க வேற சம்பளம் கொடுக்க வேணும்னு சொன்னீங்களா அதான் உடனே கூப்பிட்டேன்."

மணிகண்டன் என்ன சொல்வது என்று தெரியாமல் ஒரு கணம் திகைத்து, "இதைத் தான் முழுக்க முழுக்க நம்பிட்டு இருந்தேன்.வசூல் அடுத்த வாரம் தான்னு தெரியுது.சரி பார்ப்போம்.."

"மாமா..என்னால எதாவது முடியுதான்னு பாக்குறேன். ஸாரி மாமா"

122

போனை வைத்து விட்டு திரும்பிய கணவனின் முகத்தை பார்த்ததுமே முகவாட்டம் தெரிந்தது வித்யாவுக்கு.

"ஏங்க.. என்ன ஆச்சு.யாரு கார்த்தியா பேசுனது"

"ஆமா வித்யா. நாளைக்கு ஆளுங்க சம்பளத்துக்கு அவனைத் தான் மலையாட்டம் நம்பிட்டு இருந்தேன்.இப்ப அவன் ஃப்ரெண்டு அடுத்த வாரம் தர்றேன்னு சொல்றானாம்."

"சம்பளம் அடுத்த வாரம் தந்துடலாமா?"

"வித்யா.3 மாசமா அரைச் சம்பளம் தான் தந்தோம்.இந்த மாசம் தான் ஏதோ ஓரளவு ஆர்டர் இருந்ததாலே ஓரளவு வேலை கொடுத்தோம். பஸ் இல்லாததாலே பைக்குக்கு கடன் வாங்கி பெட்ரோல் போட்டுட்டு வேலைக்கு வந்துட்டு இருக்காங்க.நாளைக்கு சம்பள நாள்னு 15 பேரும் எதிர் பார்த்து கிட்டு இருப்பாங்க. ஒவ்வொருத்தருக்கும் எத்தனையோ பிரச்சினை.இந்த சமயத்தில சம்பளத்தை லேட்டா கொடுக்கறதுக்கு மனசு ஏத்துக்க மாட்டேங்குது."

வித்யா கணவனின் முகத்தையே உற்றுப் பார்த்தாள்.

"ஏங்க.. என்னோட காசு மாலையை பேங்க்ல வச்சு நாளைக்கு சம்பளம் கொடுத்திடலாமா?"

"உங்க குடும்ப நகைன்னு சொல்லுவியே.உன் பாட்டி உனக்கு தந்த சீதனம்னு சொல்லுவியே?"

"நிஜம்தாங்க.ஆனா, அது பீரோவில இருக்கிறதை விட இப்ப நமக்கு ஒரு இக்கட்டுல உதவறது தான் சரின்னு படுது. ஒரு அவசரத்துக்கு உதவத்தாங்க நகை, நட்டு எல்லாம்"

உள்ளே போய் காசு மாலையை பெட்டியுடன் எடுத்து வந்தார் வித்யா.

கனத்த இதயத்துடன் காசு மாலையுடன் பேங்கை நோக்கி விரைந்து கொண்டு இருந்தது மணிகண்டன் பைக்.

ைக

ரமேஷ் பணம் இருந்த கேஷ் பேக்கை பைக்கின் பெட்டியில் வைத்து பூட்டினார்.

"ரமேஷ்.. அக்கவுண்ட்டில் இந்த 3 லட்சத்தை கட்டிட்டு அப்படியே சம்பள லிஸ்ட் ட்ரான்ஸ்பருக்கு கொடுத்துடு."

முதலாளி சொன்னது ஒரு புறம் மனதிற்குள் ஓட, மறுபுறம் இரவு மகன் குமார் போனில் அழுதது ஞாபகம் வந்தது.

"அப்பா..நாளன்னைக்குள்ள ஃபீஸ் கட்டலைன்னா எக்ஸாம் எழுதறதுக்கு மட்டும் இல்லை-- ஹாஸ்டலை விட்டு காலி பண்ணிடனுமாம்."

"ஏங்க.நான் பொழைக்க மாட்டேங்க. என்னோட இந்த நகை எல்லாம் வச்சாவது நம்ம குமாரை இன்ஜினியரிங் படிக்க வச்சிடுங்க.எனக்கு சத்தியம் செஞ்சி கொடுங்க."

மனைவி மரகதத்துக்கு சாகும் தருவாயில் சத்தியம் செய்தது ஞாபகம் வந்தது.

ரமேஷின் மனம் என்ன செய்வது என்று தெரியாமல் குழம்பியது.

"முதலில் பணத்தில் குமாரின் காலேஜ் ஃபீஸ் கட்டி விடலாமா?"

மனதிற்குள் ஒரு எண்ணம் முதலில் மெலிதாக தோன்றி, பின் கொஞ்சம் கொஞ்சமாக வலுப் பெற்று, மனதை ஆக்கிரமிக்கும் சமயம் மொபைல் ஒலிக்க, எடுக்க, எதிர் முனையில் லேத் ஆபரேட்டர் மகேந்திரன்.

"சொல்லு மகேந்திரா"

"ரமேஷ் அண்ணே.

பேங்கல பணம் கட்டிட்டீங்களா?"

"போய்ட்டு இருக்கேன்.

ஏன் மகேந்திரா?"

"பொண்ணுக்கு காய்ச்சல்.மூச்சுத் திணறல். ஆஸ்பத்திரியில உடனே பணம் கட்டணும்னு சொல்றாங்க. சம்பளம் போட்டுட்டா சமாளிச்சுக்குவேன். கொஞ்சம் சீக்கிரம் கட்டிட்டு, போன் பண்ணி தகவல் குடு அண்ணே.."

"சரி" என்று சொல்லி போனை வைக்க, மீண்டும் மனதிற்குள் மற்றொரு போராட்டம் தொடர்ந்தது..

ജ

மணிகண்டன் வீட்டிற்கு உள்ளே இருந்தார்.

"அண்ணா"

குரலுக்கு வெளியே வந்தார்.

கேஷ் பேக் உடன் ரமேஷ் நின்று கொண்டு இருந்தார்.

"சொல்லு ரமேஷ்."

"பேங்க்ல பணம் கட்டிட்டு வந்துட்டேன். அரை நாள் லீவ் வேணும்."

கேஷ் பேக் வாங்கி கொண்டு "ரமேஷ். ஒரு நிமிஷம்" என்றவர் பாக்கெட்டில் இருந்து எதையோ எடுக்க முயல, ஒரு சீட்டு கீழே விழ, ரமேஷ் குனிந்து எடுத்துக் கொடுக்க போக, பேங்க் நகை

அடமான கடன் ரசீது பார்த்து ஒரு கணம் சங்கடத்துடன் அதை மணிகண்டன் இடம் தந்தார்.

மணிகண்டன் உள்ளே போய் ஒரு பையுடன் வந்தார்.

"ரமேஷ்.உனக்கு நல்ல நேரம்னு தான் நினைக்கிறேன். சம்பளத்துக்காக நம்ம மாப்பிள்ளை கார்த்தி கிட்ட கடன் கேட்டு இருந்தேன்.நேத்து திடீர்னு முடியாதுன்னு சொல்லிட்டான்.வேற வழி இல்லாம, நகையை அடமானம் வச்சி தான் சம்பளம் கட்ட ரெடி பண்ணுனேன். கார்த்தி, கொஞ்ச நேரம் முன்னாடி அக்கா கிட்ட, "ஒரு லட்சம் என்கிட்ட இருக்குது.ஏதாவது யூஸ் ஆகும்னு" சொல்லி கொடுத்துட்டு போய் இருக்கான்.எனக்கு சட்டுன்னு உன் பையன் ஞாபகம் தான் வந்தது.இந்தா ஃபீஸ் கட்டு. எப்படி திருப்பி கட்டறதுன்னு அப்புறம் முடிவு பண்ணிக்கலாம். நேத்து அந்த கடன் கிடைக்காதது கூட நல்லதுதான்.இல்லைன்னா இப்ப உனக்கு இந்த பணம் கிடைச்சி இருக்காது."

125

மணிகண்டன் இடம் இருந்து அந்த பணத்தை வாங்கும் போது ரமேஷுக்கு அவனையும் அறியாமல் கண்களில் நீர் வந்தது.கைகள் நடுங்கின.

"நாளைக்கு முடிய டைம் இருக்குல்ல. இல்லைன்னா யாரையாவது நெட் ட்ரான்ஸ்பர் பண்ண சொல்லலாம்"

ரமேஷ் பதில் சொல்வதற்குள் மணிகண்டன் போன் ஒலிக்க எடுத்து பேசினார்.

"என்ன.. ஒரு லட்சம் பீஸா? ஒரு மாசத்துலயா? சைனா ஆர்டர் கேன்சல் பண்ணிட்டு நமக்கு தர்றாங்களா? முடியுமான்னு யோசிச்சு சொல்றேன்"

பேசிக் கொண்டு இருந்தவர் இடம்

"அண்ணே" என்றார் ரமேஷ் கிசுகிசுப்புடன்.

"பத்து நிமிடத்தில் நானே கூப்பிடுறேன்" என்று போனை வைத்தவர்

"சொல்லு ரமேஷ்" என்றார்.

"அண்ணே.. நல்ல பல்க் ஆர்டர்.விடக் கூடாது.பத்தே நிமிடம் நம்ம ஆளுங்க கிட்ட பேசிட்டு வர்றேன்."

ரமேஷ் ஒர்க் ஷாப்பிற்கு உள்ளே வேகமாக சென்று சில நிமிடங்களில் திரும்பி வந்து, " அண்ணே.. நீங்க தைரியமா அந்த ஆர்டரை எடுங்க.நாங்க அத்தனை பேரும் ராத்திரி பகல் வேலை செஞ்சு அந்த ஆர்டரை ஒரு மாசத்துக்கு முன்னாடியே முடிச்சு தர்றோம்.."என்று கூற, மணிகண்டன் "ஆர்டர் கன்ஃபர்ம் பண்ணி மெட்டீரியல் அனுப்புங்க" என்றார் உற்சாகமாக.

இரு துருவங்கள்..

ரங்கநாதன் ஓட்டல் ரூமில் குளியல் போட்டு ரெடியானதும் கடிகாரம் பார்த்தார்.மணி பத்து காட்டியது..நாளைக் காலை வரை நேரம் இருக்கிறது. என்ன செய்யலாம்?..

"பரமேஷை போய் பார்க்கலாமா?.." கும்பகோணத்து பஸ் ஸ்டேண்டுல எந்த ஆட்டோக்காரரை "பகுத்தறிவு பாசறை பரமேஷ்" னு கேட்டாலும் அஞ்சே நிமிஷத்துல கொண்டாந்து உட்டுடுவாங்க.."

முகநூலில் போட்டிருந்தது ஞாபகத்தில் இருந்தது..

ரங்கநாதனும் பரமேஷ்ஈம் இதுவரை நேரில் சந்தித்துக் கொண்டதில்லை.முகநூலில் ஒரு குரூப்பில் தான் பழக்கம். அதுவும் ரங்கநாதன் இடும் பதிவுகளில் அது பெரும்பாலும் ஆன்மீகம் சார்ந்ததாக இருக்கும்-கண்டிப்பாக அவற்றில் பரமேஷின் எதிர்வாதம், நாத்திகம் தூக்கலாக இருக்கும்.. நக்கல், நையாண்டி இழையோடும். ரங்கநாதனும் அனல் கக்க பதிலடி கொடுப்பார்.ஆனால், எப்போதும் இருவரும் தனிநபர் தாக்குதல், அநாகரீக வார்த்தைகளை பயன்படுத்தியது இல்லை..

இரண்டு ஆண்டுகளுக்கும் மேலான நட்பின்(?) கதை இது..ரங்கநாதன் 20 ஆண்டுகளுக்கு முன்னரே மும்பையில் குடும்பத்துடன் இடம் பெயர்ந்தவர்..இப்போது மும்பையில் இருந்து இங்கு வந்ததே ஜோதிடர் சொன்ன பரிகாரத்தை செய்வதற்காக...

கஷ்டம் தீரும் என நம்பிக்கையுடன் பரிகாரம் செய்ய வந்த இடத்தில் இவரை சந்திக்கலாமா?..

"சரி..போய்தான் பார்ப்போமே"

ஆட்டோகாரர் ஐந்தே நிமிடத்தில் இறக்கி விட்டார். வீட்டு காம்பௌண்டிலேயே "பகுத்தறிவு பாசறை"

என போர்டு இருந்தது..

காலிங் பெல் அடித்து சில நிமிடங்களில் கதவு திறந்த பரமேஷ், ரங்கநாதனைக் கண்டதும் ஒரு கணம் யோசித்து, பின் முகம் மலர்ந்து,

"அட...ரங்கநாதன்   சாரா!..   வாங்க.வாங்க..what   a surprise.." என வரவேற்று அழைத்தவாறே,

"எங்க பேக்?"

"ஓட்டல் ரூமில் இருக்கு"

"ஏன் நம்ம இருக்கறப்ப ஓட்டல்?.. சரி பரவாயில்லை. உட்காருங்க"..

வீட்டில் பல விதமான போஸ்களில் பெரியார் தெரிந்தார் போட்டோக்களில்.

குடும்பத்தினரை அறிமுகம் செய்து, தேநீர் அருந்தி, மதிய உணவு கட்டாயப்படுத்தி..

"எதாவது முக்கியமான வேலை இல்லாம வர மாட்டீங்க இவ்வளவு தூரம்.. தெரிஞ்சிக்கலாமா?."

"கொஞ்சம்   டைம்   சரியில்லை.சனிக்கு   பரிகாரம் பண்ணிட சொல்லி ஜோதிடர் சொன்னார்.அதான் நாளைக்கு கார்த்தால."

ஒரு கண அமைதிக்குப் பின்,

"ஒண்ணும்   பெரிய   பிரச்னை   ஏதும்   இல்லையே. எல்லாம் சரி பண்ணிடலாம்.கோயில்ல பரிகாரம் பண்ற நம்ம நண்பர் ஒருத்தர் இருக்கார்..காலையில 4 மணிக்கு ஓட்டல்ல உங்களைப் பிக் அப் பண்ணிக்கறேன்.நம்ம கார்ல போயிடலாம்"

"நீங்க கோயிலுக்கு.."

"அந்த சாமிக்காக வரலைன்னாலும் இந்த ஆசாமிக்காக வருவேன்"

மறுநாள் இருவரும் கும்பகோணத்து கோயில்களை ஒரு சுற்று சுற்றினார்கள்.. ரங்கநாதன் ஒவ்வொரு கோயிலிலும் பூஜையை முடிக்கும் வரை காத்திருந்து அழைத்து வந்தார்..

"ஓட்டலை காலி பண்ணிட்டு வீட்டுக்கு போயிடலாம்.. சாப்பிட்டுட்டு நானே ஸ்டேஷன்ல ட்ராப் பண்ணிடறேன்"

சாப்பிட்டு விட்டு கிளம்பும் முன் ஒரு சிறு போட்டோ பரிசளித்தார்.. உள்ளே ரங்கநாதப் பெருமாள் சயனித்துக் கொண்டிருந்தார்..

"உங்க இஷ்ட தெய்வம்னு போட்டிருந்தீரே..அதான்"

"பரமேஷ்.. முகநூலில் போட்டு கிழி கிழின்னு கிழிக்கறீங்க. ஆனா.."

"இப்பவும் என் கொள்கை அதுதான்..அதை வலியுறுத்துவேன்-- வேணுங்கற எடத்துல.. மனுஷங்க கொள்கை, சித்தாந்தம், மொழி, இனம், நிறம் மாறலாம்.. ஆனா, எந்த சமயத்துலயும் எல்லோரும் நல்லா இருக்கணுங்கற அன்பு, குணம் எல்லா மனுஷனுக்கும் தேவையான ஒண்ணுதானே!?."

"பரமேஷ்..உன் ஞாபகமா ஒரு பெரியார் படத்தை கொடு.." என்றார் ரங்கநாதன்.

"தேவையில்லை.. உங்களுக்கு பிரியமான ரங்கநாதரையே வச்சிக்குங்க..சந்தோஷமான தருணங்கள்ல என்னை நினைவு கூர்றதைதான் நான் விரும்பறேன்".

"அதுவும் சரிதான்" கார் பறந்தது மகிழ்ச்சியுடன்..

காதல் மாறாது....

"உனக்கு குழந்தை பெத்துக்கணும்னு ஆசை இருந்தா கல்யாணம் பண்ணிக்க வேண்டியது தானே வர்ஷி?"

"தேவி.. எனக்கு குழந்தை பெத்துக்க ஆசை இருக்கு. ஆனா கணவன், குடும்பம் அப்படின்னு வாழ இஷ்டமில்லை"

"உங்கப்பா உங்கம்மாவை நீ பத்து மாச குழந்தையா இருக்குறப்போ விட்டுட்டு ஓடுனதால எல்லா ஆண்களையும் வெறுப்பா பாக்காதே..

அதுவும் இப்ப அம்மா இறந்ததுக்கு அப்புறம் பத்து வருஷமா தனிமரமா அயல்நாட்டிலே..அதனாலே உனக்கு கணவன், குடும்பம், உறவு இதெல்லாம் புரிய மாட்டேங்குது.."

"இதுபற்றி ரொம்பப் பேசிட்டோம் தேவி.. விட்டுடு என் போக்கில். நீ ஒரு gynecologist. எனக்கு செயற்கை கருத்தரிப்பில் என் வயித்துல ஒரு கருவை உருவாக்கி தர முடியுமா? முடியாதா? அதை மட்டும் சொல்லு."

"ஓகே அதுக்கு மேல உன் இஷ்டம். ஆனால் கல்யாணம் ஆகாமல் குழந்தை பெத்துகிறது ஒரு சாதாரண விஷயம் அல்ல.. அது நீ புரிஞ்சுக்கோ-- நீ லண்டன்ல வசிச்சாலும்.. சரி..நீ ஏன் ஒரு குழந்தைய தத்து எடுத்துக்கக் கூடாது?.."

"ஏன் தேவி, ஃப்ரெண்ட் வாழ்க்கை, கல்யாணமாகாம குழந்தை பெத்துகிட்டா வீணா போயிடும்னு பயப்படறையா?..ஐ வான்ட் த ஃபீல் ஆஃப் ப்ரெக்னன்ட் விமன்... நிறைய படிச்சிருக்கேன்.. அதை உணர்வு ரீதியா தெரிஞ்சிக்க விரும்பறேன்"

"வர்ஷி..நீ ஏன் அதை கல்யாணம் பண்ணிட்டு...."

"இலண்டன்ல இல்லாத டாக்டரா? நான் ஏன் இங்க செ ன்னை வந்தேன்? ஃப்ரெண்ட் இருக்கான்னு தானே.. ஓகே.. நான் பாத்துக்கிறேன்"

எழுந்து கிளம்ப முயன்றவளை கையை பிடித்து இழுத்து மீண்டும் இருக்கையில் அமர்த்தி,

"ஏன் உனக்கு சஜஷன் சொல்ல எனக்கு உரிமை இல்லையா?"

"சொல்ல உரிமை இருக்கு.. கட்டாயப்படுத்த இல்லை. இந்த கட்டுப்பாடு வேண்டாம்னு தானே கல்யாணமே வேண்டாங்கறேன்"...

"ஓகே.. உன் இஷ்டம் போல பண்றேன் வர்ஷா"..

தோழியின் தோளைத் தட்டினாள்.

ഇ&ജ്ഞ

மனிதர்கள் தினம் தினம் வினாடிக்கு வினாடி மாறிக் கொண்டேதான் இருக்கிறார்கள் உடலிலும் மனதிலும். உடல் மாற்றம் கண்ணுக்கு எளிதாக தெரிகிறது. ஆனால் உள்ளத்தில் ஏற்படும் மாற்றங்களை உற்று பார்த்தால் மட்டுமே உடன் இருப்பவர்களாலேயே உணர முடிகிறது. வர்ஷா மாறினாள் வசந்தை சந்தித்த பின்பு. காதல் என்பது எதனால் வருகிறது? எப்படி வருகிறது? அதற்கு காரணம் என்ன? எத்தனையோ ஆராய்ச்சிகள் நடந்தாலும் ஏனோ அதற்கான விடையை மட்டும் அறியவே முடிவதில்லை..ஆனால் காதல் புரியாத புதிராக தொடர்ந்து நிகழ்ந்து கொண்டேதான் இருக்கிறது இந்த மானுட சமூகத்தில்...

ஆண்கள் என்றாலே காத தூரம் போனவள் கால்கடுக்க காத்திருந்தாள் வசந்தை காண்பதற்கு- காதல் நெஞ்சில் அரும்பிய பின்...

தேம்ஸ் நதிக்கரையில் வசந்தின் கையை பிடித்து மேடிட்ட வயிறுடன் மெல்லிய குரலில் சொன்னாள்:

"வசந்த்.. நான் உன்ன விரும்பறது உனக்கும் தெரியும். நீ என்னை விரும்புறது எனக்கும் தெரியும். நம்ம கல்யாணம் பண்ணிக்கலாமா?"

"யெஸ்.நீ என்னை விரும்புறதும் நானும் உன்னை விரும்புறதும் உண்மை தான். ஆனா, நான் உன்னை விரும்புவதற்கு அடிப்படைக் காரணமே குடும்பங்கற தளை, கட்டுப்பாடு நமக்கு வேண்டாம்ங்கற நம்ம ஒத்துப்போன குணத்தினால்தான்"

"உண்மைதான் வசந்த். ஒத்த குணமுடையவங்களைப் பாக்கறப்ப மனசுல காதல் தானா மலரத் தானே செய்யுது... நம்ம விரும்பறவங்களோட வாழ்றதற்கு சிலதை விட்டுக் கொடுக்கறதுலதான் வாழ்க்கையின் அர்த்தமே இருக்குதோன்னு தோணுது இப்ப"

வசந்த் மெலிதாக புன்னகைத்தான்.

"அப்படியே உன்னை கல்யாணம் பண்ணிக்க நான் சம்மதிக்கறதா இருந்தாலும் அந்த குழந்தையை என்னால ஏத்துக்க முடியாது. ஏன் எதுக்குன்னு ஆர்க்கியு பண்ணாத.. பட் என்னால ஏத்துக்க முடியாது. அபார்ஷன் பண்ற காலமும் தாண்டி போச்சு. நீ அந்த குழந்தை டெலிவரி ஆகற முடிய நான் எப்பவும் போல கூட இருப்பேன். ஆனால் அந்த குழந்தையை நீ எப்படியாவது டிஸ்போஸ் பண்ணிட்டு வா. நாம கல்யாணம் பண்ணிக்கலாம்."

"இதுதான் உன்னுடைய முடிவா வசந்த்?"

புன்னகையுடன் மெலிதாக தலையசைத்தான் அவள் தலையை கோதியவாறே...

෧෨෮

"வர்சி... நீ என்ன சொல்றே?"

"ஆமாம் தேவி. இந்த குழந்தையை முதலமைச்சர் தொட்டில் குழந்தைகள் திட்டத்தில் சேர்த்துடணும்"

"உனக்கு என்ன பைத்தியம் புடிச்சிருக்கா? கல்யாணம் பண்ணிக்காம குழந்தை பெத்துக்கிடறேன்னு ஒரு வருஷத்துக்கு முன்னால ஒத்த கால்ல நின்னே.. இப்ப அந்த குழந்தையை வேண்டாம்-- தொட்டில் குழந்தைகள்ள சேர்த்துடறேன்னு சொல்றே?... ஒரு குழந்தையை பெத்துக்கறதும் அதை அனாதையா ஆக்கறதும் உனக்கு அவ்வளவு ஈசியா போயிடிச்சா?".

"ஏற்கனவே ஒரு குழந்தையை தவிக்க விடறமேன்னு ஒரு பக்கம் உறுத்த உறுத்தத்தான் இதை போடுவெதற்கு இங்கே வந்தேன்.. நீ மேலும் மேலும் என் நெஞ்சத்த ரணம் பண்ணாதே!"

"உன்னோட இதயத்தை காயப்படுத்தறது எனக்கு நோக்கம் இல்லை.ஆனா உண்மையை சொல்லிதானே ஆகணும்.இத்தனை வருஷம் கழிச்சு என் தோழி கல்யாணம் பண்ணிக்க போறதுல எனக்கு உள்ளூர சந்தோசம் தான். ஆனால் அதற்காக ஒரு பிஞ்சு குழந்தையை அனாதையாக மாறறது எனக்கு இஷ்டமில்லை... இப்பவும் ஒண்ணும் கெட்டுப் போகல.. இந்த குழந்தையோட உன்னை ஏத்துக்க நானே மாப்ள பாக்குறேன்-- நீ சம்மதிச்சா"

"கல்யாணமே வேண்டாம்னு இருந்த எனக்கு கல்யாண ஆசை வந்ததே வசந்தாலே தான்...அதை மறந்துடாதே... வசந்த் இல்லாத வாழ்க்கை நினைக்கவே பயமா இருக்கு தேவி"

"வர்ஷி...மனசு ஒரு பச்சோந்தி.. எப்ப வேணும்னாலும் நிறம்-தடம் மாறும்... காதல் மட்டும் என்ன சாஸ்வதம் ஆனதா?... நாளைக்கு ஒருவேளை நீயே கூட காதலுக்காக குழந்தையை இழந்து விட்டோமே.. தப்பு பண்ணிட்டமேன்னு கதறி அழும் சூழல் கூட வரலாம்.. கேக்கறேனு தப்பா நினைக்காதே... பத்து மாசம் குழந்தையாய் இருந்த உன்னையும் உங்கம்மாவையும் விட்டுட்டு போன உங்க அப்பா செஞ்ச தப்ப விட பல மடங்கு அதிகம் இப்ப நீ செய்யற தப்பு.."

வர்ஷி அமைதியாய் இருந்தாள் சில கணங்கள்... குழந்தையை தூக்கிக்கொண்டு நடந்தாள்.

ജ

லண்டன் ஏர்போர்ட்.

வசந்த் வாசலில் காத்திருந்தான் காருடன், வர்ஷியை அழைத்து செல்ல...

கண்ணில் பட்ட வர்ஷியை பார்த்ததும் ஒரு கணம் லேசாய் அதிர்ந்தான் வசந்த்...

கையில் இருந்த குழந்தையை பார்த்து...

"நெனச்சேன் வர்ஷி... என்னதான் மேற்கத்திய நாகரிகத்தின் தாக்கம் இருந்தாலும் இந்திய பெண்கள் இன்னமும் ஆழ் மனசுல மாறலை-- அதே பாசம்..."

"நான் என்ன பண்ணட்டும் வசந்த்? உன் கூட கார்ல ஏறட்டுமா குழந்தையோட? இல்ல டாக்ஸி பிடிக்கட்டுமா?"

"ஆனா இந்திய ஆண்கள் மாறிட்டாங்க வர்ஷி.கார்லயே ஏறு" என்றான் குழந்தையை வாங்கியவாறு..

"நோ நோ.. இந்திய ஆண்கள் இன்னமும் அப்படியேதான் இருக்கிறார்கள்- அதே பாசம் மனைவி மேலே" என்றாள்...

"உள்ளத்தில் காதல் இருந்தால் எதுவுமே சாத்தியம் தான்- -ஆண், பெண், தேசம் எல்லாம் பொருட்டில்லை"

கார் விரைந்து கொண்டிருந்தது...

புரிந்தால் சுகமே..

அந்த மலைப்பாதையில் லாரியை மிக கஷ்டப்பட்டு ஒடித்து திருப்பினார் டிரைவர். விலா எலும்பு வலித்தது. நெற்றியில் லேசாக வியர்வை அரும்பியது.

அருகில் இருந்த கிளினர் பையன் "அண்ணே... முடிய மாட்டேங்குது இல்ல? ஏன் லாரி ஓட்டணும்? ஏதாவது சின்ன வண்டிக்கு போக வேண்டியது தானே?"

"பாலு.. ஏதோ இந்த ஒரு கம்பெனி தான் லாரி டிரைவருக்கு கூட ரிட்டயர்மென்ட் ஆனா, பென்ஷன் கொடுக்குது. அதுபோக லாரி ஓட்டுனா கிடைக்கிற சம்பளம், மத்த வண்டி ஓட்டுனா கிடைக்காது. பையன் காலேஜ் படிப்பு, குடும்ப செலவு ஏதோ லாரி ஓடறதால ஓடுது. இன்னும் ஒரு வருஷம் எப்படியாவது பல்ல கடிச்சுட்டு ஓட்டிட்டா போதும்"

"என்னமோ போங்க அண்ணே... எல்லாரும் பையன், படிப்பு, குடும்பம்னு சொல்லி உடம்பை கெடுத்துக்குறாங்க. என்னத்தைச் சொல்ல?"

"டேய் உனக்கும் கல்யாணம் ஆகி குழந்தை, குட்டி குடும்பம் எல்லாம் வரட்டும்..அப்போ இதெல்லாம் தானா புரியும்."

லாரி மலை மீது ஏறிக் கொண்டு இருந்தது.

ஊஊ

"விடுங்க.. போகட்டும்.. ஏன் தடுக்கறீங்க?"என்ற மனைவி வசந்தியின் மெல்லிய குரலைப் பொருட்படுத்தாமல் அப்பா அருகில் வந்தான் செந்தில்.

"எதுக்குப்பா இப்ப முதியோர் இல்லம் போறேங்கறீங்க. ஒரே மகனாக இருந்துட்டு அப்பாவை முதியோர் இல்லத்துக்கு விட்டுட்டான்னு ஊரார் என்னை பேசறதுக்கா?"

சுந்தரம் மெல்ல சிரித்தார். அந்த சிரிப்பில் ஒரு சோகம் இழையோடிக் கொண்டிருந்தது.

"இப்ப கூட ஏம்பா முதியோர் இல்லம் போறீங்க?- அப்படின்னு கேட்க தோணலை... உனக்கு சொந்தக்காரங்ககிட்ட, நண்பர்கள்கிட்ட கெட்ட பெயர் வந்துவிடக் கூடாதுன்னு தான் தோணுது."

"அப்படி இல்லைப்பா...வந்து"

"செந்தில் ஒன்னே ஒன்னு சொல்றேன். கேட்டுக்கோ.. மனுஷன் வெறும் சாப்பாடுனாலே மட்டுமே உயிர் வாழ்றதில்லை. உணர்வுகள் இருக்கற முடிய மட்டும்தான் மனுஷன் மனுஷனாவே இருக்க முடியும்."

"ஏன் என்ன செய்யல? இப்ப முதியோர் இல்லம் போகணும்னு?"

வசந்தி குரல் கொடுத்தாள்.

"ப்ளீஸ் வசந்தி.. நீ கொஞ்ச நேரம் சும்மா இரு" என்றான் செந்தில்.

"வசந்தி பேசட்டும்பா.. பேசாமலேயே இருக்கிறத விட பேசுறது ரொம்ப பரவால"

"காலையில காபி கொடுக்கலையா? இல்ல மூணு வேளை சாப்பாடு கொடுக்கலையா? சாயந்தரம் காபி கொடுக்கலையா? நான் என்ன செய்யலே?.. நீங்கதான் நாங்க உங்க வீட்டில இருந்தப்ப எதையுமே எங்களை செய்யவிடலை.. ஆனால் நான் எப்பவும் அப்படி இருந்ததில்லை"

"அப்படி என்னம்மா செய்யவிடலை?"

"எங்களுக்கு கல்யாணம் ஆனப்ப இவரும் சேலத்துல தானே இருந்தாரு உங்க வீட்டில..."

"நம்ம வீட்டில அம்மா"

"அப்படி நினைக்க முடியலையே.. ஒன்னரை வருஷம் அங்க இருந்த காலம் ஏறக்குறைய ஒரு யுகமாகவே தெரியுது. கல்யாணமாகி புதுசா வந்தவங்க வெளியே போகட்டும். ஒரு சினிமாவுக்கு போயிட்டு வரட்டும். ஒரு புடவை எடுத்து கொடுக்கட்டும், இப்படி எதையாவது செய்ய விட்டீங்களா? ரெண்டு பேரும் தான்.

ஏன் ஏதாவது வகை வகையா சமைச்சி கூட சாப்பிட முடிஞ்சதா?...

ஒரு அறிவிக்கப்படாத அடிமை மாதிரி தானே அங்கே இருந்தேன்".

"ஓஹோ.. இதுதான் உன்னோட மனக்குறையா? உங்களுக்கு கல்யாணம் ஆன 20 ஆவது நாளே செந்திலுக்கு வேலை போயிடுச்சு ஞாபகம் இருக்காம்மா... என்னோட ரிட்டையர்மென்ட் பணத்தில்தான் கல்யாணமே பண்ணுனோம். அது உனக்கு செந்தில் சொல்லியிருப்பான்னு நினைக்கிறேன். என்னோட குறைந்த pension பணத்தில் தான் குடும்பமே நடத்த வேண்டிய கட்டாயம்.. அதனால கொஞ்சம் சிக்கனமாக இருந்து இருக்கலாம், இல்லைன்னு சொல்லலை, சம்பளத்துல மட்டுமே குடும்பம் நடத்தி பழக்கப்பட்டுட்டோம், முடிஞ்சா பொன்னி அரிசி, முடியலைன்னா ரேஷன் அரிசி, கடன் வாங்கக்கூடாது. இப்படியே வாழ்ந்துட்டோம்.. அதனால கொஞ்சம் சிக்கனமா.., ஏன் கருமித்தனமா கூட இருந்திருக்கலாம். நான் மறுக்கல.. ஒன்னேகால் வருஷம் அப்படியேதான் ஓடிச்சு.. உங்க ரெண்டு பேருக்கும் சுடுசோறு போட்டுட்டு நானும் அலமேலுவும் கஞ்சி குடிச்ச நாள் கூட பல உண்டு.. செந்திலுக்கு சென்னையில் வேலை கிடைச்சதும் நீங்க இங்க வந்துட்டீங்க... ஏன் இங்க வந்த மூனாவது மாசத்திலேயே விக்னேஷ் பொறக்கறப்ப ரொம்ப சிரமமாகி ஆபரேஷன் செலவுக்கு உங்க அத்தை அலமேலு போட்டிருந்த நகையை வித்து தான் செலவு பண்ணுனோம் தெரியுமா?"

"ஓஹோ.. பையனுக்கும் பேரனுக்கும் செஞ்சத சொல்லி காட்டுறீங்களா?"

"இல்லம்மா.. நம்ம வீட்டுக்கு வந்த பொண்ணு கஷ்டப்படக்கூடாது என்னோட பையன் கடங்காரன் ஆகக்கூடாது, அப்படிங்கறதுக்காகதான் நானோ அத்தையோ அப்படி நடந்துகிட்டோம். செந்திலோட அம்மா ஒரு வருஷத்துக்கு முன்னாடி தவறிட்டாலே ஒண்டியா இருக்க வேண்டாம்னு செந்தில் கூப்பிட்டாலே எனக்கும் உங்கள விட்டா வேற யார் இருக்கிறாங்க அப்படிங்கறதுதாலதான் நான் இங்கே வந்தேன்.. "

"ஏன் இத நீங்க இத்தனை நாள் என் கிட்ட சொன்னதே இல்ல?"

"நீ என்கிட்ட பேசி இருந்தாதான்மா நான் எதையாவது சொல்லி இருக்க முடியும்.. ஹோட்டல்ல டீ, காபி சாப்பாடு போடற சர்வர்கள் கூட தினம் போனா நாலு வார்த்தை பேசுவான்.. நான்தான் சொன்னேனே அம்மா.. மனுஷன் சாப்பாட்டால் மட்டும் உயிர் வாழ முடியாது-- உணர்வுகளும் இருக்குது அப்படின்னு.. மகன், மருமகள், பேரன் இவங்களுக்காக நானும் இத்தனை நாள் அட்ஜஸ்ட் பண்ணிட்டு தான் இருந்தேன். ஆனா நானும் மனுஷன் தானே.. இப்பகூட நான் இதைச் சொல்றதக்குக் காரணம் இனிமேலாவது பந்தம், பாசம், உறவு, குடும்பம் இதுக்கு எல்லாம் உங்களுக்குள்ளயாவது முக்கியத்துவம் கொடுங்க.. அப்படிங்கறதுக்காகத்தான்"

வசந்திக்கு தவறு செய்து விட்டோமோ என்று தோன்றியது..

சுந்தரம் சூட் கேசை எடுத்துக்கொண்டு வாசலை நோக்கி நகர்ந்தார்.

"தாத்தா நான் கேட்ட சாக்லேட் எங்க?"

குரல் அவரை நிறுத்தியது. தூங்கி எழுந்து அப்போதுதான் ரூமை விட்டு வெளியே வந்த பேரன் விக்னேஷ் கண்ணை கசக்கியபடியே நின்று கொண்டிருந்தான்.

சுந்தரம் திரும்பினார்.

"அம்மா.. தாத்தா வெளியே போறார் போல இருக்கே.. நானும் அவர்கூட டாட்டா போயிட்டு வரேன்." என்றான்.

சுந்தரத்தின் கண்களில் அவரையும் அறியாமல் கண்ணீர் வர, ஓடிச்சென்று பேரனை அணைத்து முத்தம் கொடுத்தார்.

"ஏங்க இன்னும் பார்த்துட்டே இருக்கிறீங்க.. சூட்கேசை எடுத்து உள்ளே வைங்க" என்று கணவனுக்கு கூறிய வசந்தி,

"மாமா..ஒரு நிமிஷம் விக்னேஷுக்கு முகம் கழுவி விடறேன். கூட்டிட்டு போய் சாக்லேட் வாங்கிகிட்டு வந்துடுங்க" என்றாள்...

குறிப்பு: கதையின் இரு பகுதிகளையும் இணைத்துக் கொள்வது படிப்பவர்களின் கடமை.

க்ரைம்

திட்டம் இட்டு கொல்!

முன் குறிப்பு:

1) இதய பலஹீனம் உள்ளவர்கள் கண்டிப்பாக படிக்கவும்...

2) ஆங்கில உரையாடல்கள் அனைத்தும் தமிழில் எழுதப்பட்டு உள்ளன.

ண்கூ

அந்த ஹைடெக் அறை அரை இருட்டில் இருந்தது..

"சொல்லுங்க"என்றவர் ஷோபாவில் சாய்ந்து இருக்க... எதிர் ஷோபாவில் அமர்ந்து இருந்தவர்...

"இது முடியுமா உன்னால்?..டூ டேஞ்சரஸ் யாசர்" என்றார்.

மெல்லிய புன்னகையுடன்,

"செய்யறது தப்பான வேலையா இருந்தாலும் தப்பில்லாம செஞ்சா தான் உயிரோடவே இருக்க முடியுங்கறது எனக்கு நல்லாவே தெரியும் ஸார்"

"குட்...நீ போட வேண்டியது கொரிய அதிபரை... சாதாரண விஷயமல்ல.பீ கேஃர்புல் யாசர்"

"காரணம் தெரிஞ்சிக்கலாமா?"

"பொதுவா நாங்க யாருக்கும் ரீஸன் சொல்றதில்லை. பட்..நீ என்னோட நீண்ட கால நண்பன்.பல காரியங்களை எங்களுக்காக செஞ்சி இருக்கற வெல் விஷர்.."

கொஞ்சம் வளர்ந்ததாலே இப்ப எங்களையே எதிர்த்து.. அந்த கொரியன்... அவங்களுக்கு ஒரு பாடம் கத்து தரணும்.

இந்த ரெண்டு நாடும் ஒன்னா சேர்ந்தா எங்கள் பிசினஸ் ரொம்ப அடிபடும்... இந்த கொலையினால இந்த ரெண்டு நாடுகளுக்கு மத்தியில் பகைமை உண்டாகும்.. ரெண்டு பேர் கிட்டயும் எங்களுக்கு ஆயுத வியாபாரம் நடக்கும்.எதிரியும் காலியாவான்.. எங்கள் வியாபாரமும் நடக்கும்..ஒரே கல்லில் இரண்டு மாங்காய்."

சொல்லி சிரித்தார்.

"எங்களுக்கு இதில் என்ன லாபம்?"

"200 மில்லியன் டாலர் பணமும் உங்க கொரில்லா போராட்டத்துக்கு தேவையான ஆயுதங்களும் கிடைக்கும்".

"தேங்க்ஸ் ஸார்"

என்று எழ,

"ப்ராஜெக்ட் முடி.எங்க ஆளுங்க காண்டாக்ட் பண்ணுவாங்க."

"டெபினிட்லி ஸார்"

யாசர் வெளியே செல்ல..

அரை இருட்டில் இருந்த அந்த அறை முழு இருட்டில் நுழைந்தது.

✿✿✿

கடல் அலைகளின் ஓசை காதில் லேசாக விழுந்து கொண்டிருந்தது..

அழகிய கடற்கரை கிராமமாகிய மாமல்லபுரத்தின் அந்த நவீன சொகுசு ஓட்டலில் இந்திய மற்றும் கொரிய நாட்டு உயர் போலீஸ் அதிகாரிகள் குழுமி இருந்தனர்.

அந்த சொகுசு ஓட்டலின் அத்தனை இடங்களையும் அங்குலம் அங்குலமாக

சோதனை இட்டனர்.

எல்லா இடங்களிலும் கேமராக்கள் பொருத்தப்பட்டன.

ஓட்டல் தலைமை நிர்வாகி இடம்,

"இந்த செகண்டில் இருந்து ஓட்டல் எங்கள் கண்ட்ரோல்ல தான் இருக்கும்..யாரா இருந்தாலும் எங்கள் பெர்மிஷன் இல்லாம வரவோ போகவோ கூடாது.சந்தேகப்படும்படியா சின்ன விஷயம் இருந்தா கூட உடனே எங்களுக்கு தகவல் கொடுங்க.. உங்க ஒத்துழைப்பு எங்களுக்கு ரொம்ப ரொம்ப அவசியம்"..

"நம்ம பிளம்.. கொரிய அதிபர் சந்திப்பு எங்கள் ஹோட்டலில் நடக்கிறது எங்களுக்கு பெருமையான விஷயம். கண்டிப்பா நாங்க முழு ஒத்துழைப்பு தருகிறோம் ஸார்"

"குட்" என்று சொன்னவாறே.. பிரதமரின் பாதுகாப்பு அதிகாரி ரத்தோர்.. கொரிய அதிகாரிகள் உடன் பேச்சை தொடர்ந்தார்.

"ஈவ்னிங் இந்த ஓப்பன் லானில் இருவரும் நடந்து கொண்டே பேச்சு வார்த்தை நடத்துகிறார்கள்."

அப்போது பக்கத்தில் இருந்த மரத்தில் இருந்து புறாக்களும் கிளிகளும் மெல்ல பறந்து அடுத்த மரத்திற்கு சென்றன.

"லவ்லி"

"யெஸ்.. இயற்கை அழகோடு சேர்ந்த பேச்சு வார்த்தை ஆக இருக்கணும்னு தான் இந்த ஓப்பன் லான் வாக்கிங் செலக்ட் பண்ணி இருக்கு."

"குட்.. திறந்த வெளியில் பேச்சு வார்த்தை நடக்கறதாலே லான் வெளியில் இருந்து எப்படி பாதுகாப்பு?"

"DRDO (Defence R&D organization) சீஃப் கிட்ட பேசி இருக்கோம்... பேச்சு வார்த்தை நடக்கறதுக்கு முதல் நாள் முதலே இந்த இடத்தோட ஒரு கிமீ ரேடியஸ்ல எந்த ஏர்கிராப்ட் வந்தாலும் அதை டி ஆக்டிவேட் பண்ண...வர்றதை

பார்க்க ஸ்பெஷல் அரேஞ்ச் மென்ட் செஞ்சி தர்றேன்னு சொல்லி இருக்கார்..அதை ஹோட்டல் ரிஷப்ஷன்ல இருந்தே மானிட்டர்ல பார்த்துக்கலாம்"

"ஓகே.. குட் அரேஞ்ஜ்மென்ட்ஸ்.. ஆனாலும் நாம் ரொம்ப ஜாக்கிரதையாக இருக்கணும்"

"டெபினிட்லி ஸார்" என்றார் ரத்தோர்.

ஸ்ரீ

சென்னையின் புறநகர் பகுதியில் ஒரு சிறு பங்களாவில்...

"கிஷோர்.உன்னுடைய வேலையை முடிச்சிட்டையா?" என்று கேட்ட யாசர் தான் முதல் அத்தியாயத்தில் நாம் சந்தித்த நபர்.

"முடிஞ்சது பாஸ்.. உங்ககிட்ட ட்ரையல் கூட காட்டினேனே."

"அதோட வயத்துல நீ செஞ்ச பாமை வச்சி ஆபரேட் பண்ணனுதுக்கு அப்புறம் எப்படி அது பறக்குது?.. எதாவது பிரச்சினை?"

"நோ பாஸ்... மிகச் சிறிய எடை... ஆனால் வெடிச்சா வயத்தை கிழிச்சு கிட்டு சிதறும் போது...அதிலே வச்சு இருக்கற சயனைடு, ஆர்சனிக் மற்றும் ஹை எக்ஸ்போலிஸிங் பவுடர்ஸ் கண்டிப்பா நாலு அஞ்சு அடிக்கு மிகப் பெரிய பாதிப்பை ஏற்படுத்தும்.நோ டவுட்"

"ரமேஷ்.. உன் போர்ஷன் என்ன பொசிஷன்?"

"எல்லாம் முடிஞ்சது..

பல தடவை ட்ரையல் செக் பண்ணியாச்சு..

ஒரு பெட் (pet) ட்ரைனரா என் பங்கு இருநூறு சதவீதம் சரியா நடக்க நான் கேரண்டி"...

"ஓகே.. நான் பார்க்கிறேன்..காட்டு ரமேஷ்"

ரமேஷ் ஒரு பூனையை கையில் எடுத்தான்.. ஒரு கண் ஒரு மாதிரி தெரிந்தது.. ஒரு நிமிஷம் என்று சொல்லி வெளியே போனான் கையில் பூனையுடன்...

146

சில நிமிடங்களில் திரும்பி வந்தான்...

கம்ப்யூட்டரை ஆன் செய்தான்... பூனை பங்களாவிற்கு வெளியே தெருமுனையில் நிற்பது X புள்ளி ஆக கம்ப்யூட்டரில் தெரிந்தது... அந்த தெருவின் படம் உள்படமாக தெரிந்தது.

"இதோ... கம்ப்யூட்டரில் தெரியற X குறி தான் பூனை.. நான் அதுல வச்சிருக்கிற GPRS கருவி மூலமா தெரியும். உள்படத்துல நாம் பாக்கறது பூனையோட கண்ணை எடுத்துட்டு ஆபரேஷன் செய்து வச்சிருக்கிற காமெரா காட்டற படம்.

இதோ இப்ப நான் இந்த மைக்கை ஆன் பண்ணி.. பூனைக்கு ஆர்டர் போடறேன் பாருங்க...."ரோஸி.. வலதுபக்கம் திரும்பி நேரா வா"...

கம்ப்யூட்டரில் X குறி வலதுபுறம் திரும்பி நேராக வர... பூனை கண் காமெராவில் பங்களா முகப்பு தெரிய..

"ரோஸி.. எண்டர்..டர்ன் லெஃப்ட்"

கம்ப்யூட்டரில் அதே போல் தெரிய...

"பூனை காதுக்கு உள்ளே வச்சிருக்கிற ரிஸீவர் மூலமா என்னோட கமெண்ட்ஸ் அதுக்கு கேட்கும்.. நான் எங்கே இருந்து ஆர்டர் கொடுத்தாலும் அது செய்யும்... நாம் நம்ம திட்ட நேரத்துக்கு இருபது நிமிடம் முன்னால அந்த சொகுசு ஹோட்டலுக்கு அரை கிமீ தள்ளி இருக்கற இடத்தில் இதை விட்டுட்டா போதும்..அதை அந்த ஹோட்டல் உள்ள இதைக் கொண்டு போய் வானத்தில் இருந்து சிக்னலை வாங்கி மானிட்டருக்கு கொண்டு வற்ற வயரை இது மூலமா கட் பண்ணிடுவேன்.. அந்த ஓப்பன் லான்ல வான் வெளி செக்யூரிட்டி கட் ஆயிடும்.."

"நெக்ஸ்ட்?"

"கிஷோர் டைனமைட் வச்சி இருக்கற புறா... அந்த லான்ல இருக்கற மரத்துக்கு போயிடும்...

என்னோட கமெண்ட் மூலமா.. சரியான சந்தர்ப்பத்தில் அந்த புறாவை கொரிய அதிபரை பார்த்து போகச் சொல்லி

கமெண்ட் கொடுப்பேன்..அதை அவரோட தோளில் உட்கார்ற மாதிரி பழக்கி இருக்கேன்.

அது அவர் தோளை நெருங்கும் போது...எங்கூடவே இருக்கற கிஷோர் ரிமோட் மூலம் அந்த டைனமைட்டை வெடிக்க வைக்கணும்..

ரோஸி..சிக்னலை கட் பண்ணி... செக்யூரிட்டீஸ் அலர்ட் ஆகி அதை சரி பண்றதுக்குள்ள...ஸே..ஒரு நிமிஷம்.. இரண்டு நிமிஷத்துல புறா அந்த லானுக்கு உள்ள போகணும்... கொரிய அதிபர் கிட்ட போய் தோள்ல உட்காரணும்"

"ரமேஷ்..லான்ல செக்யூரிட்டிஸ், இந்திய பிளம் னு நிறைய பேர் இருப்பார்களே.. எப்படி புறா சரியா கொரிய அதிபரை பார்த்து போகும்?"

"இப்பவே காட்டறேன்"

என்று கூறி பக்கத்தில் இருந்த மற்றொரு கம்ப்யூட்டரை ஆன் செய்ய.. பக்கத்து அறையில் அந்த மைனமைட் வயிற்றில் சுமந்து இருந்த புறா தெரிந்தது..மைக்கை ஆன் செய்து,

"விவேக்...கோ யுவர் செகண்ட் டெஸ்டினேஷன்"

ரமேஷ் கமெண்ட் கொடுக்க.. அந்த விவேக் புறா பறந்து..

அந்த ரூமில் இருந்த இந்திய பிளம், துப்பாக்கி ஏந்திய செக்யூரிட்டி தவிர்த்து சரியாக கொரிய அதிபர் கட் அவுட் தோளில் அமர்ந்தது.

ரோஸி எப்படி நாம் சொல்றதை கேட்குமோ அதே போல் விவேக்கும் கேட்கும்."

யாசர் ரமேஷை அணைத்து "குட் ஜாப்"
என்றான்.

ೞൠ

தொலைக்காட்சி அனைத்திலும் இந்திய பிரதமர்- கொரிய அதிபர் சந்திப்பே பிரதானமாக ஓடிக் கொண்டிருந்தது..

தலைவர்கள் வாக்கிங் பேச்சு வார்த்தைக்கு பின்னர் நேரலை தொடரும் என்று செய்திகள் சொல்லின.

ரத்தோர் உச்ச பட்ச டென்ஷனில் இருந்தார்.. உளவுத்துறை வேறு எச்சரிக்கை செய்து இருந்தது.

இரு தலைவர்களும் புல்வெளியில் அமர்ந்து பிஸ்கட் சாப்பிட்டார்கள்.

மெதுவாக எழுந்து நடந்தவாறே....

சொகுசு ஹோட்டலின் உள்ளே பூனை நுழைந்ததை அங்கு நின்று கொண்டு இருந்த செக்யூரிட்டி அலட்சியம் செய்ய...

ரோஸி தன் இலக்கை நோக்கி பயணித்துக் கொண்டிருந்தது.

புறா அந்த ஓப்பன் லானுக்கு சற்று தொலைவில் உள்ள மரத்தில் அமர்ந்து இருந்தது.

"ரோஸி... அந்த கருப்பு ஒயர் தான்.. கடித்து துப்பு"

ரமேஷின் குரல் ரோஸியின் காதில் ஒலிக்க...ரோஸி வேக வேகமாக தன் கூரிய பற்களால் அந்த ஒயரை துண்டாக்க...

திடீரென கம்ப்யூட்டர் மானிட்டரில் படம் தெரியாமல் பார்த்து கொண்டு இருந்தவர்கள் பதற...

"விவேக்...கோ யுவர் ஃபர்ஸ்ட் டெஸ்டினேஷன்"என்ற ரமேஷின் கமெண்ட் குரல் கேட்டு அந்த புறா பறந்து அந்த லானுக்குள் இருந்த மரத்தில் அமர்ந்தது.

தலைவர்கள் இருவரும் நடந்து அந்த மரத்தின் கீழ் வந்து நின்று கொண்டு இருந்தார்கள்...

"விவேக்..கோ யுவர் செகண்ட் டெஸ்டினேஷன்"

ரமேஷ் கமெண்ட் கொடுக்க...

அந்த புறா சரியாக கொரிய அதிபரை நோக்கி பறக்க...

கிஷோர் கையில் ரிமோட் உடன் ரமேஷ் அருகில் இருக்க..

அந்த புறா பறந்து சென்று... கொரிய அதிபர் தோளில் அமர முயல...

கிஷோர் கையில் இருந்த ரிமோட்டை அழுத்த...

அந்த புறாவின் வயிற்றில் இருந்த மைடமைட் வெடித்து சிதற..

ഇൗ

Breaking news என்று அனைத்து தொலைக்காட்சி சேனல்களும் மாமல்லபுரத்தின் அந்த சொகுசு ஹோட்டலை லைவ்வாக காட்டிக் கொண்டு இருக்க...

"இந்திய- கொரிய கூட்டு ஒப்பந்தம் குறித்து இரு நாட்டு தலைவர்களும் இணைந்து பேட்டி கொடுத்துக் கொண்டு இருந்தார்கள்.

ഇൗ

"நீங்கள் அருமையாக ஒரு பெரிய விபத்தை தவிர்த்தீர்கள் ரத்தோர்.. பிளான் B படி இரு நாட்டு தலைவர்களையும் அறையில் பேச்சு வார்த்தை நடத்த சொல்லி ...லானில் வெளிப்பார்வைக்கு ஹோலோகிராம் மூலமா இருவரும் நடக்கற மாதிரி..பேசற மாதிரி ஏற்பாடுகள் செஞ்சி.. வாவ்"

என்று பாராட்டிய கொரிய பாதுகாப்பு அதிகாரிக்கு "இட்ஸ் மை டியூட்டி" என்றார் ரத்தோர் புன்னகையுடன்

கொலை தூரப் பயணம்...

1984 ம் வருடம்....

பைக்கை நிறுத்தி விட்டு, "பாட வந்ததோர் கானம்" என ஹம்மியவாறே வந்து வீட்டுக் கதவை தொட்ட இன்ஸ்பெக்டர் உடையில் இருந்த மாணிக்கம் அது திறந்தே இருப்பதைக் கண்டு நெற்றி சுருங்கி, பார்வையை உள்ளே செலுத்த, ஹாலின் மையத்தில் மனைவி மாலதி ரத்தம் வழிய விழுந்து கிடப்பதைக் கண்டு அதிர்ந்தான் என்பது அவன் உள்ளத்து உணர்ச்சியை குறைத்தே மதிப்பிடும்..

கடலைகளாய் ஆர்ப்பரிக்கும் உள்ளத்துடன் அவள் அருகில் சென்றாலும், இன்ஸ்பெக்டராய் நோட்டம் விட்டான்..நாடி பார்க்க, இதயம் ஓட்டத்தை நிறுத்தி இருந்தது தெளிவாய் தெரிந்தது. ரத்தத்தின், உடலின் சூடு சம்பவம் மிக சமீபத்தில்தான் என்பதை தெளிவாக்கியது.

"சே!. ஜெயில்ல இருந்து அவன் தப்பிச்சதை மாலதிக்கு போன் பண்ணி சொல்லி அலர்ட் பண்ணி இருக்கணும்.ஐ மேட் எ மிஸ்டேக்" மனதுக்குள் புலம்பியவாறே, டேபிள் மேல் பார்வை செல்ல, ரிகார்ட் பட்டன் அழுத்தப்பட்டு, ஓடிக் கொண்டு இருந்த டேப்ரிகார்டர் கண்ணில் பட்டது.

ரிகார்டை நிறுத்தி, டேப்பை ரீ வைண்ட் செய்து ப்ளே அழுத்த, சில விநாடிகளில் "ராகவனே ரமணா" என்றது மாலதியின் ஹஸ்கி குரல். பாடல் ஓட, ஒரு நிமிடம் கூட இருக்காது. காலிங்பெல் சத்தம் கேட்டது. மாலதி கதவை நோக்கி செல்லும் காலடி ஓசை கொலுசு ஒலியுடன் கேட்டது.

கதவை திறக்கும் ஓசையுடன் ஒரு ஆண் குரல் "இன்ஸ்பெக்டர் ஐயா அனு..." பேச்சை உன்னிப்பாய் கவனித்தான்.. ஸ்கௌண்ட்ரல்..அவனேதான்..

"குடிக்க தண்ணி தர்றீங்களா?"

குரலை தொடர்ந்து சலங்கையுடன் கூடிய மாலதியின் காலடி ஓசையும் அதைத் தொடர்ந்து ஷூவின் காலடி ஓசையும் கேட்டது..

"இதுவரை கதவருகில் நின்றுதான் பேசி இருக்கிறார்கள் போல.இப்போதுதான் உள்ளே மாலதி கிச்சனுக்குள் தண்ணி கொண்டு வரப் போக அவன் ஹாலுக்கு வந்திருக்கான் போல என யூகித்தான்.

"ணங்" என்ற ஓசை வர, கீழே கிடந்த செம்பும் கொட்டிக் கிடந்த நீரும்..யூகித்தான்..

"ஏன்..என்னை..."

டேப் சுழன்று ஆண் குரல் தொடர்ந்தது..

"யெஸ்.அவனேதான்" என்றது மாணிக்கம் மனசு..

அவன் பேசி முடிக்க, "வேணா..ங்..க..ண்.." என்ற மாலதியின் கெஞ்சலைத் தொடர்ந்து "அம்மா" என்ற அலறல் கேட்டது..பின் சில விநாடிகளில் அந்த ஷூ ஓசை கேட்டது.. அதைத் தொடர்ந்து டேப் பத்து நிமிடம் ஓட, மீண்டும் ஷூ ஓசை வர, அது தன் ஷூ ஓசை என கண்டான் மாணிக்கம்..

"ஜஸ்ட் நான் வர்றதுக்கு பத்து நிமிடம் முன்னதான் கொன்னிருக்கான் என் மாலதியை.."

தூரமா எங்கயும் போய் இருக்க முடியாது.அவனை தப்பிக்க விடக் கூடாது.உடனே SP கிட்ட சொல்லி எல்லா செக்போஸ்ட்லயும் அவன் போட்டோ கொடுத்து அலர்ட் பண்ண சொல்லணும்." எண்ணியவாறே போனை நோக்கி நடந்தவனின் மனதில் ஏதோ சந்தேகம் தோன்ற, மீண்டும் டேப்பை முதலில் இருந்து ஓட விட்டான்.."குடிக்க தண்ணி தர்றீங்களா? "குரலைத் தொடர்ந்து கொலுசுடன் கூடிய

காலடி ஓசையைத் தொடர்ந்து அவன் உள்ளே வந்த ஷூ ஓசையை எண்ணினான்..

ஷரக்...ஒன்று..

ஷரக்..இரண்டு..

ஷரக்...மூன்று...

ஷரக் தொடர்ந்து 13 ல் நின்றது.

அதைத் தொடர்ந்து மாலதியின் கொலுசுச் சத்தம்.. செம்பின் 'ணங்' -அவன் பேச்சு- மாலதி அலறல்-- அதைத் தொடர்ந்து அவனின் ஷூ ஓசை..

எண்ணினான்...

ஷரக்...ஒன்று..

ஷரக்.... இரண்டு..

ஷரக்.....ஏழு..

அதைத் தொடர்ந்து டேப் பத்து நிமிடம் நிசப்தமாய் ஓட மீண்டும் ஷூ ஓசை..12 ஷரக்-- அது தன்னுடையது என யூகித்தான் மாணிக்கம்..

அப்படியானால்?!!?!..

உள்ளே வர 13 காலடி தேவைப்பட்ட அவனுக்கு வெளியே போக 7 காலடி எப்படி?..

சட்டென எழுந்து அருகில் இருந்த பெட்ரூமை வெளிப்புறமாய் தாழிட்டான்..போன் எடுத்து டயலினான்..

"சிறையில் இருந்து தப்பிச்ச கைதி சேகர், என் மனைவியை கொன்னுட்டு, என் பெட்ரூம்ல பதுங்கி இருக்கான்னு நினைக்கறேன். நாலு பேர் துப்பாக்கியோட வாங்க என் வீட்டுக்கு" என்றான் மாணிக்கம்.

துரோகம்...

"சொல்லு அசோக்.." என்ற சம்பத் முப்பதுகளின் ஆரம்பத்தில், தாடையில் பிரெஞ் தாடி வைத்திருந்தான்.கையில் இருந்த கோப்பையில் பொன்னிற திரவம் இருந்தது..

சோபாவின் விளிம்பில் உட்கார்ந்திருந்த அசோக், டீப்பாய் மேல் இருந்த கோப்பையை எடுத்து, அவசரமாய் வாயில் சரித்து, சிக்கனை எடுத்து கடித்தவாறே...

"சம்பத்..என்னால இந்த துரோகத்தை தாங்க முடியலை.. சித்ரா யார்?.அக்கா செத்ததும்

அனாதையா நின்னவளை இங்க கூட்டிட்டு வந்து சினேகாவா மாத்தி,

கண்டவன் கால்ல விழுந்து, இன்னிக்கு ஒரு ஸ்டார் ஆக்குனது யார்?.

இந்த மாமாதானே...

கிராமத்துல அனாதையா, ஏதோ ஒரு பெரிய மனுஷன் வீட்டுல பத்துப்பாத்திரம் தேய்க்க வேண்டியவளை பங்களாவுல, ஆடி கார்ல பவனி வர வச்சது யார்?.

நன்றி கெட்ட ..."

சென்சார் செய்யப்பட வேண்டிய ஆங்கில வார்த்தைகளை உதிர்த்தான் அசோக்...

"கூல்..கூல்..தெளிவா, சுருக்கமா சொல்லு"

"டேய்..அவ யாரோ ஒருத்தனை காதலிக்கறாளாம்.என் மேலே மரியாதை இருக்கோம்.ஆனா, புருஷனா நினைக்க முடியலையாம்..குஞ்சை பாதுகாத்து, வளத்து, இப்ப பொன்

முட்டை போடறப்ப வேற ஒருத்தன் கிட்ட கொடுக்க நான் என்னமுட்டாளா?.எனக்குஒருகோடியோ,ரெண்டுகோடியோ பிச்சை போடாறாளாம்..நான் டிசைட் பண்ணிட்டேன்"

சொன்னவன் மீண்டும் ஒரு கோப்பையை வயிற்றுக்குள் சரித்து, பின் தொடர்ந்தான்..

"அவ சாகணும்..மாமன் தர்ற பரிசு துரோகத்துக்குரிய பரிசு"

சம்பத் அருகில் வந்தான். தோளை தட்டினான்.

"சித்ரா லவ்வர் யாரு?.சொன்னாளா?."

"இல்லை" என்று உதட்டை பிதுக்கினான் அசோக்.

"நான் வேணா சித்ராகிட்ட பேசிப் பாக்கட்டுமா"

"வேண்டாம்.நான்   டிசைட்   பண்ணிட்டேன். துரோகத்துக்கு மன்னிப்பே கிடையாது.. ஐ நீட் யுவர் ஹெல்ப் நெள"

"சொல்லு"

"அவ சாகணும். ஆனா, நான் மாட்டக் கூடாது.நீ ஒரு சயின்டிஸ்ட்.எக்கச்சக்க மூளைக்காரன்.அவளை சட்டத்தோட பிடியில சிக்காம, கொல்ல ஒரு பிளான் கொடு..அவ செத்தா, 20 கோடிக்கும் அதிகமான அவ சொத்து ஆட்டோமேடிக்கா எனக்கு வரும்..அதுல மூணுல ஒரு பங்கு உனக்கு-- கொஞ்சம் பரபரப்பு கொறஞ்சதும்"

"ஓகே..டன்..அவளோட   டெய்லி   ரொட்டீன்   ஒர்க் சொல்லு"

சினேகா என்னும் சித்ரா காலையில் எழுவதில் இருந்து, இரவு படுக்கப் போகும் வரை உள்ளதை சீன் பை சீன் திரைக்கதையாய் சொன்னான் அசோக்..

ஒரு நிமிட அமைதியைக் கிழித்தான் சம்பத்.

"அசோக்.அவ டெய்லி ஷூட்டிங் முடிச்சிட்டு வந்ததும் அந்த டைகரோட விளையாடுவாளா?"

"உறுதியா.பல வருஷமா அது அவ ஹாபி"

"அந்த நாய் எப்படி?"

"பேருக்கு ஏத்த மாதிரி அது டைகராட்டம் இருக்கும். ஆனா, அவகிட்ட பூனையாட்டம் இருக்கும்"

"குட்..சன் டே ஈவ்னிங் இதே டைம் இங்கயே மீட் பண்ணலாம்.பிளாணோட வர்றேன்"

....

எதிர்பார்த்திருந்த சன் டே ஈவ்னிங்..அதே பங்களா..

அதே அசோக்கும் சம்பத்தும்..அதே சோபாவில்..

"யெஸ்.பிளான் ரெடி."

"சொல்லு.சொல்லு"

சம்பத் பாக்கெட்டில் இருந்து ஒரு விசில் எடுத்து வைத்தான்..

"இதுதான் நம்ம வெபன்"

"ஜோக்கடிக்கற நேரமில்லை சம்பத்.பீ சீரியஸ்"

"நானும் சீரியஸ்ஸா தான் சொல்றேன். தகரத்தை தகரத்தால உரசற சவுண்ட் உனக்கு பிடிக்குமா?"

"உடம்பெல்லாம் கூசும்.அன் ஈசியா இருக்கும்"

"ஏன்?"

"தெரியலை"

"யூ சி அசோக்.ஒவ்வொருத்தருக்கு ஒவ்வொரு சவுண்ட் அலர்ஜி.ஒரு குறிப்பிட்ட சவுண்ட் இதம், சந்தோஷம், கோபம், அமைதி எல்லாம் தரும்..நம்ம மந்திரங்கள் லயே சிலது அமைதியை தரும், சிலது ரௌத்ரம், சிலது தைரியம் தரும்?. எப்படின்னா, ஒவ்வொரு மந்திரமும் ஒரு குறிப்பிட்ட டெசிபில்ல ஒலிக்கற மாதிரி இருக்கும்.அந்த குறிப்பிட்ட டெசிபில் கேக்கறப்ப நம்மளை அறியாம நம்ம சாந்தமோ, தைரியமோ தானா வருது"

"அதுக்கும் நம்ம பிளானுக்கும்.."

"சொல்றேன்.அதே மாதிரிதான் நாய்களுக்கும்..ஒரு குறிப்பிட்ட டெசிபில் சவுண்ட் வெறியை தூண்டும்..இந்த விசில்ல வர்ற சவுண்ட் அதுக்கேத்த மாதிரி டிசைன் பண்ணி இருக்கேன்..எவ்வளவு பழக்குன நாயா இருந்தாலும், இந்த சவுண்ட் கேக்க கேக்க வெறி ஏறி, பக்கத்துல இருக்கறவங்களை கடிச்சி, குதறாம விடாது..

நோ எவிடன்ஸ் ஏஸ் மர்டர்..எப்படி?"

"வாவ்..நீ மூளைக்காரன்டா" என்றவாறே சம்பத்தை அணைத்தான் அசோக்.

ೞ௫

திங்கட்கிழமை மாலை 7 மணி.

அசோக் டேபிள் மேல் இருந்த விசிலையே உற்றுப் பார்த்துக் கொண்டிருந்தான்.

சினேகாவின் கார் பங்களாவிற்குள் நுழைந்த சத்தம் கேட்டது..

அசோக்கிற்கு குழப்பமாய் இருந்தது.

குழப்பத்திற்கு காரணம் காலையில் அசோக் ரூமிற்குள் நுழைந்த சித்ரா..

"மாமா..என்னை மன்னிச்சிடுங்க..தப்பானவனை நம்பி நான் தப்பு பண்ண இருந்தேன்.அவன் பணத்துக்காக என்னை காதலிக்கற வேஷம் கலைஞ்சிடுச்சி..நான் உங்களையே கல்யாணம் பண்ணிக்கறேன்..நைட் மீதிய பேசிக்கலாம்..பை மாமா"

கன்னத்தில் ஈர விழிகளுடன் முத்தமிட்டது ஞாபகத்துக்கு வந்தது..

"மாமா..இங்க வாங்களேன்"

சித்ராவின் குரல் கேட்க, சிந்தனையை உதறி ஓடினான்..

"மாமா..டைகர் ஸ்டோர் ரூம்ல பூந்துட்டு வர மாட்டேங்கறான்.கொஞ்சம் புடுச்சி கொடுங்க"

அசோக் அவசரமாய் ஸ்டோர் ரூமில் நுழைந்து, டைகரை பிடித்து வெளியே வர, கதவு தாழிடப்பட்டு இருக்க, விசில் சத்தம் கேட்க, டைகர் வெறி ஏறி அவன் கழுத்தை குதற, கதவின் சந்து வழியாய் அசோக் காயங்களுடன் பார்க்க, சித்ரா அந்த விசில் ஊதியவாறே வர, , அவளை அணைத்தவாறே சம்பத்..

"துரோகி" என்றான் ஈனஸ்வரத்தில் அசோக்..

"நோ ப்ரெண்ட்.. மூளைக்காரன்" என்றான்

சம்பத் சிரித்தவாறே...

'கொலு' கொலையா முந்திரிக்கா.....

"அந்த அம்மா குரல் இந்த சிப்ல பதிவு பண்ணி வச்சிருக்கிற வாய்ஸோட கோயின்சைட் ஆறப்ப-- அதாவது குறை ஒன்றும் இல்லை மறை மூர்த்தி கண்ணா பாட்டுல கோவிந்தான்னு வர்றப்ப .. இந்த மைக்ல இருக்கற எலக்ட்ரிக் சர்க்யூட் பஃயராகி, அதுக்கு உள்ள இருக்கற குண்டு வெடிக்கும்.. கண்டிப்பா பக்கத்தில் இருக்கிறவங்க எல்லாம் காலி"..

"சரியா இருக்கும்ல.என் பொண்டாட்டிய கொல்ல நல்ல சந்தர்ப்பம்.. நான் வெளி நாட்டுல..இப்ப நடந்தா பிரச்சினை திசை மாறி போகும்..இந்தா.."

2000 ரூபாய் கட்டுகள் சில கை மாறின.

ஊ‌ஊ

நவராத்திரி விழா..ஆயுத பூஜை நாள்..

ஐயப்ப சேவா சங்கம் அன்று வழக்கத்தை விட அதிக கூட்டத்துடன் இருந்தது.

காரணம்-- அன்றைய கொலுவுக்கு பிரபல சங்கீத பாடகி கவிதா சிறப்பு விருந்தினராக வந்து வருடாவருடம் பாடும் குறை ஒன்றும் இல்லை பாடலை பாடுவதைக் கேட்டு இன்புறுவதற்கே..இது ஆறாவது ஆண்டு..

சரியான நேரத்திற்கு கவிதா வந்து இறை தரிசனம் முடித்து, கொலுவை பார்வையிட்டு அனைவருக்கும் வணக்கம் கூறி அமர்ந்தார்...

அவர் முன் "அந்த மைக்" வைக்கப்பட்டது..

"முதல்ல ஒரு சம்பவத்தை சொல்லிடறேன்.. நேற்று ராத்திரியில் இருந்து பயங்கர தொண்டை கட்டு.. வார்த்தையே வெளியே வரலை.. காலையில் எழுந்தா..அதை விட மோசம்..ஐயய்யா..இது என்ன சோதனைன்னு கண்ணுல தண்ணி தானே வருது.நான் பாடணும்னு நீ விருப்பப்பட்டா, சரியாக்குன்னு வேண்டிகிட்டு மதியம் அப்படியே கண் அசந்து ட்டேன்.. எந்திரிச்சு பார்த்தா ஃபெர்பெக்ட்லி ஆல் ரைட்..இப்ப பாட குறையும் இல்லை.. தடையும் இல்லை..

நான் ஒவ்வொரு வரி பாட, பாட நீங்களும் கூட பாடுங்க"

ஏறக்குறைய 500 பேர் நிரம்பிய அந்த ஹால் குண்டூசி விழுந்தால் கேட்கும் நிசப்தத்தில்..

கவிதா லேசாக தொண்டையை செருமினார்.

கண்களை மூடினார்.

தெய்வீகக் குரல் அவர் தொண்டையில் இருந்து வெளி வர, "அந்த மைக்" அதை உள் வாங்கி, ஸ்பீக்கருக்கு அனுப்ப ஆரம்பித்தது..

"குறை ஒன்றும் இல்லை மறை மூர்த்தி கண்ணா"

முதல் வரியை கவிதா மெய்மறந்து பாட, கூடி இருந்த கூட்டமும் பக்தி பரவசத்துடன் பாடியது.

"குறை ஒன்றும் இல்லை மறை மூர்த்தி கண்ணா குறை ஒன்றும் இல்லை" எனக் கூறி "கோவிந்தா" என்ற வார்த்தை பாடுவதற்கு முன் கரண்ட் கட்டாக,

மைக் செயலிழக்க, உணர்ச்சி பொங்க தொடர்ந்து கவிதா மைக் இல்லாமலேயே பாடலை தொடர்ந்து பாட, கூட்டமும் பாடி...

ജ്ഞൂ

"நோ..நீ என்னை ஏமாத்திட்டே.."

"சத்தியமா சொல்றேன்.கண்டிப்பா இந்த மைக்ல அந்த அம்மாவோட கோவிந்தா வாய்ஸ் படும் போது வெடிக்கும்.."

160

"அப்புறம் ஏன் வெடிக்கலை?"

"இருங்க சார்..மைக்கை ஆன் செஞ்சு செக் பண்றேன்."

மைக் ஸ்விட்ச் ஆன் செய்து, இருவரும் அந்த மைக் அருகில் வர, கவிதா கணவர் செல் ஒலிக்க,

"சார்.. ஃபோன்"

"முதல்ல மைக்கை பார்"

தொடர்ந்து கவிதா கணவரின் செல் ஒலிக்க, அதில் கவிதா பாடிய குறை ஒன்றும் இல்லை ரிங் டோன் இரண்டு வரிகள் முடிந்து.. கவிதாவின் கணவருக்கு பொறி தட்ட, கையில் எடுக்க எடுக்க, "கோவிந்தா" குரல் ஒலிக்க..பலத்த சப்தத்துடன்....

சூது கவ்வும்..(?)

முன் குறிப்பு:கதை மாந்தர்கள் வெவ்வேறு மொழிகளில் பேசினாலும் புரிதலுக்காக தமிழில்.

பிரதமரின் அந்தரங்கச் செயலாளரும் அவரின் பால்ய நண்பருமான பாலாஜி ஸ்கேன் செய்து கொண்டு வரப்பட்ட கடிதங்களை கவரில் இருந்து ஒவ்வொன்றாக பிரித்து பார்த்து பிரதமரே நேரடியாக பார்க்க வேண்டியவற்றை தனி பேடில் வரிசைப்படுத்திக் கொண்டு இருந்தார்.

Purely personal and confidential என்று எழுதப்பட்ட கடிதத்தை மீண்டும் ஒரு முறை பார்த்தார்.வத்சலா என்று பெயர் எழுதி லண்டன் முகவரி எழுதப்பட்டு இருந்தது.

வத்சலா... சுகுமாரனின் ஒரே மகள்.ஏழெட்டு ஆண்டுகளுக்கு முன்பு உறவுகளை உதறி விட்டு, பாகிஸ்தான் கிரிக்கெட் வீரர் யூனூஸ்கானை காதலித்து கல்யாணம் செய்து கொண்டு லண்டன் சென்று செட்டில் ஆனவள்.

இப்போது இத்தனை நாள் இல்லாமல் இப்போது கடிதம் என்றால்?..

"எந்த கடிதமாக இருந்தாலும் பிரிச்சு படிச்சிட்டே உன்னோட குறிப்போட எனக்கு அனுப்பு பாலாஜி"

அந்தரங்க செயலராக நியமித்த அன்றே சுகுமாரன் சொன்னது ஞாபகம் வந்தது.

ஃபோனில் அழைக்க எதிர் முனை "சொல்லு பாலாஜி" என்றது.

"நம்ம வத்சு கிட்ட இருந்து லெட்டர் பிரிக்கலை.

Purely personal னு போட்டு இருக்குறதால?"

"என் தனிவாழ்க்கையில மறைக்கறதுக்கு எதுவும் கிடையாது-- அதுவும் உன்கிட்ட..

ஓப்பன் பண்ணி பாரு.

அப்புறம் நீ நேர்ல கொடு"

ഇരു

அந்த ஹாலில் மூன்று பேர் மட்டுமே அமர்ந்து இருந்தார்கள்.

ஒன்றும் பேசாமல் அமைதியாக இருந்தார்கள்.

இருவர் அந்த நாட்டின் ராணுவ உடையில் இருந்தார்கள்.

முதலில் ஒருவர் உள்ளே நுழைந்து கதவை திறந்து வைக்க மற்றொருவர் உள்ளே நுழைய மூவரும் எழுந்து நின்றார்கள்.

அனைவரையும் அமரும் படி சைகை செய்ய, அமர்ந்தார்கள்.

"அதிபருக்கு நீங்கள் அனுப்புன லெட்டர் குறித்து 2 வரி சொல்லிடுங்க.. அவர் அதைக் குறித்து தெரிஞ்சுக்க ஆர்வமா இருக்கார்"

"இப்ப இந்தியா பழைய மாதிரி இல்லை.. ராணுவ பலம் கூட்டிட்டாங்க.அதை விட முக்கியம் இப்ப பிரதமர் ரொம்ப தைரியசாலி ஆக இருக்கார்.உலக நாடுகளும் அவங்கள சப்போர்ட் பண்ணுது.

ஸோ, நீங்க சொன்ன மாதிரி அங்க ஆட்சியை வீக் பண்றது நம் முதல் நடவடிக்கை.

அரசியல் ஸ்திரத்தன்மை இல்லைன்னா சரியான முடிவு எடுக்க முடியாமல் தடுமாறுவாங்க.நாம எல்லையோர நிலப்பரப்பை ஆக்கிரமிப்பு செய்யறது ஈஸி.அதனால இப்ப போரை விட அதோட தலைமையை தகர்க்கறது தான் முக்கியம்னு நீங்கள் சொன்ன மாதிரி பிரதமரை சந்தேகம் இல்லாம முடிக்க.. தான் அந்த லெட்டர் ஆயுதம்"

"ஒரு லெட்டர் மூலமா கொல்றது சாத்தியமா?"

"கண்டிப்பா தலைவரே. ஆந்த்ராக்சின் பாக்டீரியாவை பொடியாக்கி அதை பயன்படுத்தி மையாக்கி லெட்டர் எழுதி, அதை படிக்கும் போது அதோட நச்சுத்தன்மை காற்றில் பறந்து சுவாசத்துல நுழைஞ்சா ஒரு வாரத்திற்குள்ள மரணம் நிச்சயம். இதோட சக்சஸ் 75%. அதனால்தான் அந்த நச்சு பாக்டீரியாவை பயன்படுத்தி இந்திய பிரதமருக்கு அவரோட பொண்ணு எழுதற மாதிரி-- அதுவும் contact ல இல்லாத பொண்ணு ரொம்ப வருஷம் கழிச்சு எமோஷனலா எழுதற மாதிரி.. இப்ப அந்த பொண்ணு வசிக்கிற அட்ரஸ்ல இருந்து.."

"அந்த பொண்ணு கூட எதுவும் அவருக்கு பேச்சு வார்த்தை கிடையாதே..ஆர் யூ ஷ்யூர்?"

"ஃடெபினிட்லி ஸார்"

"குட்.. நாம போராடாம ஜெயிக்க ஒரு வாரம் தானே-- காத்திருப்போம்"

மகிழ்ச்சி உடன் கலைந்தார்கள்.

… … … …

கடிகாரம் 11 மணி காட்டியது.அதிகாலை 4 மணிக்கு எழுந்தது.. தொடர் அலைச்சல்.

அதுவும் கொரானா பிரச்சினை, அதனைத் தொடர்ந்து எழும் பொருளாதார பிரச்சினை. இது போதாதென்று ஒரு புறம் பாகிஸ்தான் தீவிரவாதிகள் மற்றொரு புறம் சீனா உடனான எல்லைப் பிரச்சினை.. பிரதமர் பதவி என்பது தூரத்தில் இருந்து பார்ப்பதற்கு பிரமிப்பு தரும் அதிகார பீடம்.

ஆனால் உண்மையில் இது ஒரு முள்கிரீடம்.

என்ன.. ஒரே ஒரு சந்தோஷம் - படும் கஷ்டம் எல்லாம் தேச நலனுக்காக என்று எண்ணும் போது காணாமல் போகும் கஷ்டம்.

வத்சலா எழுதிய கடிதத்தை பாக்கெட்டில் இருந்து எடுத்தார்.

மனைவி மகேஸ்வரி இறந்த பிறகு யாருக்காக இந்த வாழ்க்கை என்று வாழ்ந்தேனோ அந்த மகள் வத்சலா எழுதிய

கடிதம்.ஒரு வேளை அவள் காதலித்தவனை கல்யாணம் செய்து கொண்டு பிரிந்து சென்றது கூட எனக்கு இந்த தேச சேவைக்கு முக்கிய காரணம் ஆக அமைந்து விட்டது.

கடிதத்தை படித்தார்.

"அன்புள்ள அப்பா..

எப்படி ஆரம்பிப்பது என்று எனக்கு தெரியவில்லை. எனக்காக நீங்கள் வாழ்ந்ததை புரிந்து கொள்ள இளமையும் காதலும் அப்போது அனுமதிக்கவில்லை.

இப்போது காலம் உங்கள் அன்பை நினைவு கூற வைக்கிறது.இதோ உங்கள் பேரன் வருண் வரைந்த ஓவியம்..

விரைவில் உங்களை ஃபோனில் தொடர்பு கொள்கிறேன்.

மன்னிப்பீர்கள் என்று நான் அறிவேன்..

அன்பு..வத்சு.."

என்று முடிந்து இருக்க ஒரு சிறு அட்டையில் மழலையின் கைவண்ணத்தில் இயற்கை ஒளிர்ந்தது.

மனைவி உடன் வாழ்ந்த நாட்களும் மகளுடன் சுற்றி திரிந்த நாட்களும் நினைவில் ஓட,

அந்த கடிதத்தை நீண்ட நேரம் முகத்தில் கவிழ்த்து வைத்தவாறே இருந்தவர் தன்னை அறியாமல் தூங்கிப் போனார்.

ജ്ഞ

அந்த கடிதம் வந்த நான்காவது நாள்.

தொண்டை சற்றே வலிப்பது போல் இருந்தது.

நிறைய ப்ரொக்ராம் இருக்கிறது.. டாக்டர் வந்து பார்த்து ரெஸ்ட் எடுக்க வேண்டும் என்று கூறி விட்டால் பிறகு வேலை திட்ட நடவடிக்கைகளில் பெரும் குழப்பம் ஏற்படும்..

உப்பு கரைசல் நீரை எடுத்து ....

மீட்டிங் கிளம்பினார்.

மீட்டிங் இடைவேளையின் போது சற்றே மூச்சு விட சிரமமாக இருப்பது போல் பட்டது.

வாயைத் திறந்து சொல்ல முயல...

நினைவுகள் நழுவி மயக்கம் தழுவ..

இதயம் மூச்சுக்கு தவிக்க..

பலர் பரிதவிப்பு உடன் அருகில் வருவது மங்கலாக தெரிந்தது.

ജ്ഞ

"ஸார்.. டெஸ்ட் ரிப்போர்ட்..பெர்சனலா பேசணும்"

மருத்துவ துறை டீன் அனுமதி கேட்டு உள்ளே வந்து ரிப்போர்ட்டை காட்டி விளக்கிக் கொண்டிருந்தார்.

"அந்த லெட்டர்' Bacillus Anthracis' ங்கற நச்சுத்தன்மை வாய்ந்த பாக்டீரியா மூலம் எழுதப்பட்டு இருக்குது.

இது படறதாலே எஃபெக்ட் கம்மி தான்.

ஆனால் இதை தெரியாம மூக்குக்கு பக்கத்தில் வச்சி சுவாசிச்சா அந்த மூச்சு காத்தோட இந்த நச்சு கலந்து நுரையீரலுக்கு உள்ளே போய் அந்த காற்று சிற்றறைகள்ல குறுகிய காலத்தில வளர்ந்து, ஆக்கிரமிப்பு

சுவாசக் காற்றுக்கு இடம் இல்லாமல் செய்ய... மூச்சு திணறலால் மரணம் வர்ற வாய்ப்பு அதிகம்."

"எனி ஹௌ நாம் இப்ப காப்பாத்தி ஆகணுமே?"

"இவர் நல்லா அதை சுவாசிச்சு இருப்பார் போல.அது போக கொஞ்சம் அறிகுறி தெரிஞ்ச உடனே மெடிக்கல் ட்ரீட்மெண்ட் எடுத்து இருந்தா..அவரை உறுதியாக காப்பாத்திடலாம்.இப்ப 50/50 சான்ஸ் தான்..

வீட்ரை அவர் பெஸ்ட்."

ജ്ഞ

ICU...

முகம் சற்று தெளிவாக இருந்தது.

"ஸம் வாட் இம்ப்ரூவ்டு..

நீங்கள் பாருங்கள் ஸார்.அவர் பேசற அளவுக்கு இம்ப்ரூவ் ஆயிட்டார்".

டீன் உடன் வர, பிரதமர்

சுகுமாறன் உள்ளே நுழைந்தார்.

படுக்கையில் இருந்த பாலாஜி லேசாக கண்களை திறந்தார்.

சுகுமாறன் நண்பனின் கைகளை பற்றினார்.

"உனக்கு ஒன்னும் ஆகாதுடா..தைரியமா இரு."

"உனக்கு ஒன்னும் ஆகலையே சுகுமாறா..இந்த நாட்டுக்கு என்னை மாதிரி பல ஆயிரம் பாலாஜி கிடைப்பாங்க.ஆனா உன்னை மாதிரி ஆட்கள் கிடைக்கறது தான் கஷ்டம்.நீ நல்லா இருக்கயே அதுவே போதும்."

"உனக்கு எப்படி டவுட் வந்தது?"

"வத்சலா வை நான் சின்ன வயசுல இருந்து பார்த்தவன் ஆச்சே.. அவள் குணம் தெரியும்.அதனால சந்தேகம் வந்தது. உங்கிட்ட ஒரு கலர் ஜெராக்ஸ் காப்பி கொடுத்துட்டு ஒரிஜினலை லேப் டெஸ்டுக்கு அனுப்பிச்சேன்.எதாவது ஸ்மெல் வருதான்னா ஸ்மெல் பண்ணி பார்த்தது தான் நான் செஞ்ச தப்பு.ரிசல்ட் என்ன ஆச்சு?"

"ம்ம்.. உன் டவுட் சரிதான்.. உனக்கு Antibiotics கொடுத்தாச்சு..நீ சீக்கிரம் ரிக்கவர் ஆயிடுவே..தைரியமா இரு"

"நீ நல்லா இருந்தா நாடே நல்லா இருக்கும்.

என்னைப் பற்றி எனக்கு கவலை இல்லை"

"பாலாஜி.. உன்னை மாதிரி இருக்கற ஒவ்வொருவரும் தான் நம்ம நாட்டோட பலம்.

தேசத்தோட எல்லைக் கோட்டில நிக்கற ராணுவ வீரர்ல இருந்து இந்த தேசத்தை நேசிக்கிற உன்னை மாதிரி கோடானு கோடி மக்களும் தான் நம்ம நாட்டோட பலம். பிரதமர், ராணுவ வீரர், காவலர், பொதுமக்கள்னு பணிகள் வேறயா இருக்கலாம்.. ஆனால் அனைவரும் நாட்டை நேசிக்கறது தான் நம்ம பலம்..பயோ வார் மட்டும் இல்லை-- எத்தகைய சூழ்ச்சி வந்தாலும் தர்மத்தின் வாழ்வதனை சூது கவ்வும்-- இறுதியில் தர்மமே வெல்லும்."

பெண்களை நம்பாதே!..

எதிர் முனையில் டெல்லியில் இருந்து தமிழகத்தை சேர்ந்த உளவுத்துறை அதிகாரி

செந்தில் சொன்னதைக் கேட்டதும் புதுவை போலீஸ் கமிஷனர் புகழேந்திக்கு பிரஸர் கூடியது..

"புகழேந்தி..ஹைலி கான்பிடன்ஷியல் மெசேஜ்... இப்பதான் கிடைச்சது.பிரான்ஸ் மினிஸ்டர் தாமஸை இப்ப அவர் கலந்துக்கற நிகழ்ச்சியில ஒரு பெண் மூலமா கொல்ல பிளான் பண்ணி இருக்காங்க.. டேக் ஹை அலர்ட்.. திரும்ப கூப்பிடுறேன்"..

புகழேந்திக்கு ஒத்தைக்கண் சிவராசன்-- தணு நினைவில் வந்தார்கள்.

புகழேந்தி உடனே எஸ்பி ராஜேந்திரனை அழைத்தார்.

விஷயத்தை சுருக்கமாக ஆனால் வீரியம் குறையாமல் சொன்னார்...

"செக்யூரிட்டிய டைட் பண்ணுங்க..விஐபி- தவிர யாரையும் அலவ் பண்ணாதீங்க... ரிப்போர்ட்டர் எல்லாத்தையும் செக் பண்ணிடுங்க.. குறிப்பா பெண்களை லேடி காப்ஸை வச்சி தரோவா... அப்படியே கம்பெனி மேனேஜரை வரச் சொல்லுங்க"...

ராஜேந்திரன் நகர புகழேந்திக்கு கோபம் கோபமாய் வந்தது...

பிரான்ஸ் மந்திரிக்கு அவருடைய தாத்தா பாண்டிச்சேரியில் 70 வருஷத்துக்கு முன்னாடி ஆரம்பிச்ச

இந்த பேனா ஃபேக்டரி பாக்கலைன்னா என்ன?... நம்ம உளவுத்துறை சொல்றதை கொஞ்சம் முன்னாடி சொல்லித் தொலைக்காதா?

அதற்குள் மேனேஜர் வந்து "கூப்பிட்டீங்களா சார்?" என்றார்...

"யெஸ்... மினிஸ்டர் கூட இங்கே என்ன புரோக்ராம்... சொல்லுங்க"...

"பெருசா ஒண்ணும் இல்லை சார்... வந்ததும் ரிசீவ் பண்றோம்.ஃபேக்டரி ஒரு ரவுண்டு.. ஜஸ்ட் டென் மினிட்ஸ்.. அவங்க தாத்தா யூஸ் பண்ணுன ரூம் போறோம்.. அங்கே அவர் தாத்தா உட்கார்ந்த சீட்ல உட்காரரார்.அவங்க தாத்தா உபயோகித்த பேனாவை கிஃப்டா தர்றோம்.. வாங்கிட்டு கிளம்பிடறார்..மேக்ஸிமம் 20 நிமிடம்.. தட்ஸ் ஆல்"

"சரி.. அவர் கூட ஃபேக்டரி ரவுண்ட்ஸ் போறது யார்? யார்?

அவங்கள செக்யூரிட்டி செக் செய்வோம்..இது எங்க வழக்கமான நடைமுறை தான்..ஒத்துழைங்க...

அதுல லேடீஸ் இருக்காங்களா?"

"2 பேர் இருக்காங்க"

"ஓ.. அவங்கள லேடி காப்ஸை பாக்க சொல்றேன்.. வாங்க.. மினிஸ்டரை நீங்க கூட்டிட்டு போற பாதையை நம்ம ஒரு தடவை பாத்துடலாம்"

இருவரும் நடந்தார்கள்.. ராஜேந்திரன் இடையில் இணைய, அங்கங்கு சந்தேகம் வந்த இடங்களில் எல்லாம் காவலர்களை அமர்த்தினார்கள்..

"ராஜேந்திரன்..

எனி டவுட்?"

"நோ ஸார்.. எல்லாம் ஃபெர்பெக்டாதான் இருக்குது."

"லேடீஸ்"

"தரோவா செக் பண்ணியாச்சு.. எதாவது ராங் இன்பர்மேஷனா இருக்கும்."

பேசிக் கொண்டு இருக்க இருக்க எஸ்கார்ட் வண்டிகளைத் தொடர்ந்து கார் வந்து நிற்க அதில் இருந்து மினிஸ்டர் தாமஸ் இறங்கினார்...

෨෩෨

மேனேஜரும் உதவி மேனேஜரம்மாவும்(?)

தாமஸிற்கு கம்பெனி குறித்து விளக்கிக் கொண்டே நடக்க...

அவர்களுக்கு சில மீட்டர்கள் முன்னால் ராஜேந்திரன் கண்களை நாலாபுறமும் விரியவிட்டபடி போக...

புகழேந்தி இரண்டடி பின்னால் நடந்து கொண்டிருந்தார்..

ஒவ்வொரு விநாடியும் ஒரு யுகம் போல கடந்து கொண்டு இருந்தது...

சரியாக 10 நிமிடங்கள்.. ஃபேக்டரி ரவுண்ட்ஸ் முடிந்து அவர் தாத்தா அறைக்குள் நுழைந்தார்கள்...

மந்திரி அவருடைய தாத்தா சீட்டில் உட்கார்வதை படம் எடுக்கவும் அவர் கூறும் சில வார்த்தைகளை குறிப்பு எடுக்கவும் கேமரா சகிதம் ரிப்போர்ட்டர்கள் காத்து இருந்தார்கள்... அதில் இரண்டு பேர் பெண்கள்...

தாமஸ் அறைக்குள் நுழைந்தார்.. மத்தியில் இருந்த அவருடைய தாத்தா படத்தை வணங்கி முத்தம் இட்டார்...

புகழேந்தி மொபைல் ஒலிக்க எடுத்தார்...

"புகழேந்தி..ஃபங்ஷன் என்ன பொசிஷன்?"

"இன்னும் 5 நிமிஷத்தில முடிஞ்சிடும்"

"பீ டாப்மோஸ்ட் அலர்ட்.. மேட்டர் ரொம்ப சீரியஸ்"

புகழேந்தி அந்த பெண்கள் பக்கம் போனார்... யாரேனும் தவறுதலாக தெரிகிறார்களா என்று மீண்டும் ஒரு முறை பார்வையை செலுத்தினார்...

தாமஸ் அந்த சேரை தொட்டு தடவிப் பார்த்தார்..சேருக்கு வலிக்குமோ என்பது போல உட்கார்ந்தார்..

பின்னால் "LEWIS PEN HOUSE" என்ற எழுத்து இருந்தது...

இரண்டு கிழட்டு ரிப்போர்ட்டர்கள் குசுகுசுவென பேச..

புகழேந்தி காதைத் தீட்டினார்...

"'பெண்' ணுக்கும் 'பென்' னுக்கும் ஒரு ஒற்றுமை இருக்குது தெரியுமா?*

"என்ன சொன்னே? புரியலை"

"அட.. பெண்ணுக்கும் பென் -அதாவது பேனாவுக்கும் ஒரு ஒற்றுமை இருக்கிறது..அது என்ன?"

புகழேந்திக்கு அவர்கள் மீது கோபம் கோபமாய் வந்தது... இது மாதிரி பேசற வயசா இவர்களுக்கு என்று...

டப்பென்று இதயத்தில் பொறி தட்டியது...

பெண் மூலமா கொல்ல... ஏன் செந்தில் சொன்னது "பென்" அதாவது பேனா மூலமாக இருக்கக் கூடாது?-- நான் பெண் என்று தவறாக அர்த்தம் புரிந்து கொண்டு இருக்கக் கூடாது?

அவசரமாக பார்க்க...

மேனேஜர் தாமஸின் தாத்தா அவர்கள் உபயோகப்படுத்திய

பேனாவை எடுத்து தாமஸ் அவர்கள் வசம் கொடுக்க, அவர் அதை கண்களில் நீர் மல்க பெற்று "தாமஸ்" என்று அந்த பேனாவை கொண்டு ஃபேக்டரி புத்தகத்தில் கையொப்பம் இட்டு, அதை தன் இதயத்தின் மேல் புறத்தில் இருந்த கோட்டில் குத்திக் கொள்ளப் போக....

புகழேந்தி யின் போலீஸ் கண்கள் முன் வரிசையில் இருந்த வயதான ரிப்போர்ட்டர் அவசரமாக ரிமோட்டை எடுத்து.... அழுத்தப் போவதை உணர்ந்து...

கண்ணிமைக்கும் காலத்தில் அதை தட்டி விட, ராஜேந்திரன் பாய்ந்து அந்த ரிப்போர்ட்டரை அழுத்திப் பிடிக்க...

☙❧

"இந்தாருங்கள் உங்கள் தாத்தா உபயோகித்த பேனா... அதில் பொருத்தி இருந்த வெடி குண்டு நீக்கப்பட்டு விட்டது" என்று ஆங்கிலத்தில் மினிஸ்டர் தாமஸ் அவர்களிடம் கூறி பேனாவை கொடுத்து விட்டு பிடிபட்ட நபரிடம் உண்மைகளை வரவழைக்க சென்று கொண்டிருந்தார் புகழேந்தி..

செவ்வாயன் 1.

இஸ்ரோ மையம் உச்சபட்ச டென்ஷனில் இருந்தது. சீட்டின் நுனியில் என்று சொல்வார்களே அதை பார்க்காதவர்கள் அங்கே பார்த்திருக்கலாம்...

ஒவ்வொருவர் மனதிலும் ஒரு எதிர்பார்ப்பு. ஆர்வத்துடன் கூடிய அச்சம் ..ஒவ்வொரு வினாடியும் மிக மிக மெதுவாக நகர்வது போல ஒரு தோற்றம்... அனைவர் கண்களும் மானிட்டர் மீது பதிந்திருந்தது. விண்கலம் செவ்வாயின் சுற்றுப்பாதையில் இருந்து தன்னுடைய ஒரு பகுதியை செவ்வாயின் தென் பகுதியை நோக்கி பிரித்து அனுப்ப... லேண்டர் என்ற பகுதி செவ்வாயை நெருங்கிக்கொண்டிருந்தது மானிட்டரில் தெளிவாக தெரிந்தது...

பிரதமர் தன் சக அமைச்சர்களுடன் இந்தியா விண்வெளி ஆய்வில் நிகழ்த்தப் போகும் சாதனையை நேரில் பார்க்க ஆவலுடன் அமர்ந்திருந்தார்...

வினாடிகள் விஸ்வரூபமெடுத்து நகர்ந்து கொண்டிருக்க..

அந்த லேண்டர் கருவி செவ்வாயை நோக்கி மெதுவாக நகர்ந்து கொண்டிருக்க.. பார்ப்பவர்கள் இதயங்களோ வேகமாக படபடத்துக் கொண்டிருக்க... இன்னும் 1.1 கிலோமீட்டரில் செவ்வாய் என்று மானிட்டர் காட்டியது.

"யெஸ்.. இந்தியா தான் செவ்வாயில் தன் விண்கலத்தை இறக்கிய முதல் நாடு என்ற பெருமையை பெற்றுத் தந்த விஞ்ஞானிகளை மனமார பாராட்டுகிறேன்"

பிரதமர் மனதிற்குள் சொல்லிப் பார்த்துக் கொண்டார்...

அடுத்த சில கணங்களில் மானிட்டரை பார்த்துக் கொண்டிருந்தவர்கள் முகங்கள் சுருங்கின.

இதய துடிப்பு பன்மடங்கு கூடியது..

விஞ்ஞானிகள் லேசாக வியர்த்து என்ன செய்வதென்று அவசரமாக அலசினார்கள்..

பார்த்தார்கள்.ஆனால்

... செவ்வாயில் இறங்க வேண்டிய அந்த லேண்டர் கருவியின் சிக்னல் காணாமல் போயிருந்தது..

தலைமை விஞ்ஞானி ஏமாற்றத்துடன் பிரதமரிடம் வந்து தகவலைச் சொன்னார்.

பிரதமர் அவரை கட்டியணைத்து தோளில் தட்டி தைரியமான வார்த்தைகளைச் சொல்லி... விடைபெற்றார். தேசமே வருத்தத்தில் மூழ்கியது.

ஊஊ

இரு நாட்களுக்கு பின்னர்...

பிரதமர் அலுவலக செயலர் போன் ஒலிக்க.. எதிர் முனையில் இஸ்ரோ தலைவர்...

"யெஸ்.. சொல்லுங்க சார்"

"நான் அவசரமா பிரதமரை பார்க்கணும்... மேட்டர் வெரி சீரியஸ் & அர்ஜன்ட்"

"கேட்டுட்டு கூப்பிடுறேன் சார்".

....

அந்த மீட்டிங் ரூமில் இருந்த கடிகாரம் காலை மணி 10 ஐ காட்டியது.

"ம்... சொல்லுங்க பெருமாள்" என்றார் பிரதமர்.

பாதுகாப்பு அமைச்சர், பாதுகாப்பு கன்சல்டன்ட், பிரதமரின் அந்தரங்க காரியதரிசி, உளவுத்துறை தலைவர் மற்றும் இஸ்ரோவின் தலைவர் பெருமாள் மற்றும் உபதலைவர் அமர்ந்து இருந்தார்கள்.

பெருமாள் மெல்லிய குரலில் பேசினார்..

"நேத்து என்னோட பெர்சனல் போனுக்கு ஒரு கால்.

உங்க லேண்டர் இப்ப எங்க கஸ்டடியில் தான் இருக்கு.. வி கிட்னேப்டு யுவர் லேண்டர்னு... எனக்கு ஒரு நிமிஷம் என்ன சொல்றதுன்னே புரியலை...ஏதோ ஒரு முட்டாளோட பேச்சுன்னு ஒதுக்க முடியாத குரல்..நீ யார்? நீ சொல்றதை எப்படி நம்பறதுன்னு கேட்டேன்.அவன் சிரிச்சுகிட்டே... யார்னு கேட்டது தேவையில்லாத கேள்வி.ஆனா எப்படி நம்பறதுன்னு கேக்கறது நியாயமான கேள்வி.. உங்க பெர்சனல் மெயிலை ஓப்பன் பண்ணி பாருங்க.. யூ வில் ஃபைன்ட் இட்னு சொல்லிட்டு வச்சிட்டான்.நான் உடனே என் மெயிலை திறந்து பார்க்க...

சில ஃபோட்டோக்கள் இருந்தது.. இதைப் பாருங்க"

லேப்டாப்பில் காட்டினார்... அனைவரும் பார்த்தார்கள்...

"இது எல்லாமே நம்ம லேண்டர் செவ்வாய் கிரகத்தில் எடுத்த படங்கள் தான் ...நோ டவுட்"

"உறுதியா சொல்ல முடியுமா?"

"கண்டிப்பா... செவ்வாய்க்கு கொஞ்சம் தள்ளி இருக்கற நம்ம ஆர்பிட்டர் எடுத்து அனுப்புன படங்களோட கம்பேர் பண்ணிட்டேன்.அது போக லேண்டர் எந்த எந்த ஆங்கிள்.. ரிசல்யூஷன்ல படம் பிடிக்க வச்சிருந்தமோ... த சேம் இந்த படங்கள்..."

இஸ்ரோ உதவி தலைவர் பதில் தந்தார்..

"நானும் பெருமாள் சாரும் அந்த படங்களை ரொம்ப அனலைஸ் பண்ணி பார்த்து தான் அவை நிஜங்கற முடிவுக்கு வந்தோம்.."

"ஈஸிட் பாசிபிள்?-- நம்ம அனுப்பற ஒரு விண்கலம் தர்ற சிக்னலை இடையில வேற யாராவது நம்மகிட்ட வர்றதுக்கு முன்னாடி இழுத்துக்க முடியுமா?"

"பிரபஞ்ச வெளி எல்லா நாடுகளுக்கும் பொதுவானது.. பல நாடுகளோட பல விண்கலங்கள் பல பகுதிகளிலே

வான் வெளியில் சுத்திக்கிட்டு தான் இருக்கு... நம்ம விண்கலம் அனுப்பற சிக்னலை நமக்கு முன்னால வேற யாராவது இடைமறித்து அவங்க பக்கம் கொண்டு போகவே முடியாதுன்னு சொல்ல முடியாது".

பேசிக் கொண்டு இருக்கும் போதே மெயில் ஒன்று வந்து விழ... ஓப்பன் செய்ய..

"அனுப்புன படங்கள் உண்மைன்னு புரிந்து... பிரதமருக்கு மேட்டர் கொண்டு போயிட்டீங்க.குட்...இப்ப டீல் பேசிக்கலாம்...இது ஒன் வே டீல் தான்.. நாங்க சொல்றோம்.. எய்தர் யு கேன் அக்செப்ட் ஆர் நாட் அக்செப்ட்...நோ பார்கெய்ன்..நோ ஃபர்தர் டீடெயில்ஸ்...

உங்களுக்கு பழைய படி செவ்வாயன் பிராஜெக்ட் லேண்டர் சிக்னல் வேணும்ன்னா நாங்க தர்ற 2 அக்கவுண்டுல தலா 500 கோடி டெபாசிட் பண்ணுங்க.. டெபாசிட் செஞ்சி 10 நிமிஷத்துல ஆட்டோமேட்டிக்கா உங்க மானிட்டர்ல சிக்னல் தானா வரும்...

இதை வேற நாடுகளுக்கு வித்தா இதை விட பல மடங்கு பணம் கிடைக்கும்.. ஆனா ஏன் உங்களுக்கே தர நினைக்கறோம்ன்னா.. இப்ப நாங்க வெளிநாட்டு விண்வெளி ஆராய்ச்சி மையத்தில வேலை செஞ்சாலும் இந்தியால படிச்ச இந்திய குடிமக்கள்.அந்த விஸ்வாசம் ..10 வருஷம் நூற்றுக்கணக்கான இந்திய விஞ்ஞானிகள் உழைப்பு...6000 கோடி செலவு..வேற நாட்டுக்கு போக வேண்டாமேன்னு தான்.. உங்களுக்கு சரியா 6 மணி நேரம் டைம் தர்றோம்... டைம் முடியறதுக்கு 10 நிமிடம் முன்னால அக்கவுண்ட் டீடெயில்ஸ் அனுப்புவோம்..10 நிமிடத்தில பணம் எங்க அக்கவுண்ட்டில் வந்துட்டா.. அடுத்த 10 நிமிஷத்துல உங்களுக்கு தானா சிக்னல் கிடைச்சிடும்.

நீங்க எங்களை ட்ரேஸ் பண்ண முயற்சி பண்ணுனாலோ அல்லது பணம் டெபாசிட் ஆகலைன்னாலோ செவ்வாயன் லேண்டர் வேலை முழுவதும் வேற ஒரு நாட்டோட சொந்தமாயிடும் நோ

அதர் ஆப்ஷன்.யூ ஹேவ் டு பிலீவ் மீ...

ஏன்னா நாங்க ஒன்னும் அரசியல்வாதிகள் இல்லை-- நேர்மையானவங்க."

அந்த அறையில் பதற்றம் கூடியது...

பல துறை தலைவர்கள் அழைக்கப்பட்டார்கள்.

அவசர மீட்டிங் நடந்தன.

என்ன செய்யலாம்?..

விவாதித்தார்கள்..

இன்ஸ்ட்ரக்ஷன்ஸ் பறந்து கொண்டு இருந்தன.

"இப்பவே மணி 12 ஆயிடிச்சு.. இன்னமும் 4 மணி நேரம் தான் இருக்கு.வீ வில் ஆக்ட் ஏஸ் பெர் அவர் டிஸ்கஷன்"

மீட்டிங் முடிந்து வெளியே வந்தவர்கள்

முகத்தில் சற்றும் டென்ஷன் குறையயவில்லை.

ജ്ഞ

ஊருக்கு ஒதுக்குப்புறமான அந்த பங்களாவின் ஒரு அறையில் இருந்த 2 இளைஞர்கள் முன் கம்ப்யூட்டர்கள் இருந்தன.

"சின்ன சின்னதா நம்ம செஞ்ச பல காரியங்கள் நமக்கு வெற்றி தான்னு சொன்னாலும்... இது ரியலி ஒரு சேலஞ்சிங்கான காரியம்..."

"நோ டௌட்... நம்ம டிமாண்ட் பண்ணுன மாதிரி பணம் கிடைக்குது இல்லை.. அது வேற விஷயம்.ஆனா எவ்வளவு பெரிய நெட்வொர்க் உள்ள பூந்து...வீ டிட் தட்...

இன்னும் 15 நிமிஷம் தான் இருக்கு-- நம்ம கொடுத்த டைம் முடிய.

2 அக்கவுண்ட் நம்பர் அனுப்பிடட்டுமா?"

"வெயிட்.. நம்ம கொடுக்கற அக்கவுண்ட்டில் டெபாசிட் ஆற பணம் வேற அக்கவுண்டுல ஆட்டோ ட்ரான்ஸ்பர் ஆற மாதிரி ஆப்ஷன் போட்டுடறேன்.. ஜஸ்ட் டு மினிட்ஸ்"

சொன்னவன் கம்ப்யூட்டரில் சில பட்டன்களை தட்ட...

"ஓகே...நீ இப்ப அந்த 2 அக்கவுண்ட் டீடெயில்ஸ் அனுப்பு."

"ஓகே.அனுப்பிட்டேன்.

பணம் டெபாசிட் பண்ணுவாங்களா?"

"நோ அதர் ஆப்ஷன் அவங்களுக்கு.. நம்மளை ட்ரேஸ் பண்ண முடியாது.ஒரு வேளை செஞ்சிருந்தா இன்னேரம் இங்கு வந்து இருப்பாங்க...

எப்படி சிக்னல் கிட்னாப் நடந்து இருக்கும்னு அவங்க ஸ்பேஸ் ரிசர்ச், ரேடார் அது இதுன்னு செக் பண்ணிட்டு இருப்பாங்க ஆனா செவ்வாயனோட லேண்டர் அதோட இலக்கை சரியா அடைஞ்சி... செவ்வாயில் இறங்கி.. தன்னோட வேலையை கரெக்டா செஞ்சிட்டு தான் இருக்கு... பட் என்னன்னா அந்த சிக்னல்லை ...வேவ்லை உள்வாங்கினதை கம்ப்யூட்டர் சிக்னல்லா

தர்ற கம்ப்யூட்டர் சர்வரை நாம ஹேக் பண்ணி...மத்த எதையும் டிஸ்டர்ப் பண்ணாம விட்டுட்டு... இந்த லேண்டர் தர்ற சிக்னல்லை மட்டும் நம்ம சர்வருக்கு ரீடைரக்ட் செஞ்சி.. நோ சான்ஸ்..."

சொல்லிக் கொண்டு இருக்கும்போதே மெயில் இன்பாக்ஸில் தகவல் வந்து விழ...

"அந்த 2 அக்கவுண்டுல இருந்து தான் மெசேஜ்.." என்று சொல்லியவாறே...

மெயிலை திறக்க...

மற்றொரு கம்ப்யூட்டர் திரையில் பங்களா வாசல் அருகே காவல் துறை ஜீப் ஒன்று வந்து நிற்பது தெரிய...

ॐ

பிரேக்கிங் நியூஸ் என்று எல்லா டிவி சேனல்களும் செய்தி ஒளி பரப்பிக் கொண்டு இருந்தன...

"செவ்வாயனில் ஏற்பட்ட தொழில்நுட்ப கோளாறு சரி செய்யப்பட்டது.. லேண்டர் சிக்னல்கள் கிடைத்தன.இதோ லேண்டர் அனுப்பிய சில படங்கள் மக்களுக்காக... என்று சில படங்கள்...

காட்டப்பட்டன...

தேசமே மகிழ்ச்சி வெள்ளத்தில் ...

மனம் ஒரு மந்திர சாவி (?)...

முதலில் கதையின் கிளைமேக்ஸ்:

ஏர்போர்ட்டில் உட்கார்ந்து இருந்த அவர்கள் இருவரும் தாமதமாகத் தான் ஆபரேஷன் செய்யும் சர்ஜிகல் நைபுடன் வந்த அவனை பார்த்து, அதிர்ந்து, முகம் வெளுத்து, சுதாரிப்பதற்குள் அந்த கூர்மையான கத்தி அவர்கள் இருவரின் கழுத்துக்களையும் பதம் பார்க்க,

"ஆமா.. நான் பைத்தியம்தான்..பைத்தியம்தான்" என்றான் அவன்..கத்தியை எறிந்துவிட்டு...

☙❧

இனி கதை...

"இதெல்லாம் நம்பற மாதிரியா இருக்கு.. சுத்த செட்டப்" என்றான் ராகவன்.. என்ற ராகவன் முப்பதுகளின் மத்தியில் இருக்க, அவன் மனைவி மாலா முப்பதைத் தொட்டாலும் இருபதுகளில் தெரிந்தாள்.தெரியாதவர்கள் பார்த்தால் நடிகையா என்று நினைக்க வைக்கும் தோற்றம்..

"இதில் நம்பிக்கை இல்லாதவர்கள் மேடைக்கு வாங்க..ஐ வில் ட்ரை டு ஹிப்னடைஸ் தெம்"

என்றான் மேடையில் இருந்த இளைஞன் இவர்கள் பேச்சைக் கேட்டது போல..

"போங்க.. போங்க"

மனைவி கூற, மேடை ஏறினான் ராகவன்...

அறிமுகம் முடிய,

"என் கண்ணையே சில விநாடிகள் உத்து பாருங்க"

ராகவன் பார்த்தான்...

"எதிர்ப்பு காட்டாதீங்க.. கொஞ்சம் ஒத்துழைப்பு கொடுங்க"

ராகவன் "நோ.." என்று மனதிற்கு கட்டளை இட்டாலும் மனம் மெல்ல மெல்ல தன்னை விட்டு விலகுவது ... லேசாக..

"ஐ வில் ஹிப்னடைஸ் ஹிம்" என்ற எண்ணம் ராகவன் மனதில் தொடர்ந்து பல முறை வர,

"ராகவன்.. நான் சொல்றதை நீங்க செய்யறீங்க..ஓகே"

"ஓகே"

"இதோ நீங்க ஒரு ஃபேன்.இப்ப நான் ஸ்விட்ச் போடறேன்.. நீங்க கரகரன்னு சுத்தப் போறீங்க"

அந்த இளைஞன் காற்றில் கையை அபிநயித்து,

"ஸ்விட்ச் போட்டுட்டேன்"என்று சொல்ல மேடையில் இருந்த ராகவன் இரு கைகளையும் இறக்கை போல் விரித்து கரகரவென சுற்றினான்.

அந்த இளைஞன் மீண்டும் அபிநயித்து "ஸ்டாப்" சொல்ல வேகம் குறைத்து நின்றான் ராகவன்..

கூட்டத்தினர் கை தட்ட,

புரியாமல் நின்ற ராகவனை இருக்கைக்கு செல்ல பணிக்க குழப்பத்துடனேயே மேடையில் இருந்து கீழே இறங்கினான் ராகவன்.

மனைவி மாலா மேடையில் நடந்ததை சொல்ல, "நானா அப்படி நடந்துகிட்டேன்" என்றான் ஆச்சரியத்துடன்..

☙❀❧

"ஒரு நிமிஷம் அந்த சுந்தரை பார்த்து பேசிட்டு போலாங்க"

என்றாள் மாலா மீட்டிங் முடிந்த பிறகு..

182

இருவரும் மேடை ஏறினார்கள்..

அந்த இளைஞன்-- சுந்தர்-- சினேகமாய் சிரித்தான்..

மாலா ஹிப்னாடிசம் குறித்து சில கேள்விகள் கேட்க சுந்தர் தெளிவாக பதில் கூறினான்..

திடீரென்று ராகவனுக்கு மேடையில் தன் மனதில் "ஐ வில் ஹிப்னடைஸ் ஹிம்"என்று எண்ணம் வந்தது நினைவுக்கு வர, அதை சுந்தர் இடம் கேட்டான்..

"எப்படி அப்படி ஒரு எண்ணம் என் மனதில் வந்தது?"

லேசாக சிரித்தவாறே சுந்தர் "அது என்னுடைய எண்ணம்தான்" என்றான்..

லேசாக அதிர்ந்த ராகவன்

"என்ன சொல்றீங்க?.ஈஸ் இட் பாஸிபில்?"

"முடியும்..இதை டெலிபதின்னு சொல்லுவாங்க.. ரெண்டு பேர் எண்ணங்களும் ஒரே அலை வரிசைக்கு தானாவோ, முயன்று கொண்டு வந்தாலோ ஒருத்தரோட எண்ண அலைகள் மற்றவர் மனசுல பூந்துடும்.. எண்ணம் தானா தோன்றும்"..

"அது எப்படி?"

"எல்லா மனிதர்களோட எண்ண அலைகளும் காத்துல கலந்து தான் இருக்கு.. எப்படி ரேடியோ அலைகள் காத்துல வருதோ அப்படி... எப்படி சரியான அலைவரிசை வச்சா பல அலைகள்ல அந்த குறிப்பிட்ட அலை வரிசையை ரேடியோ பிடிச்சு தருதோ அப்படி மனசையும் சரியான அலைவரிசையில் வச்சா.. கண்டிப்பா கம்யூனிகேஷன் நடக்கும்"

"இருபுறமும் அதாவது போத் சைட் நடக்க வாய்ப்பு இருக்கா?"

"நிறைய வாய்ப்பு இருக்கு.. என்னோட எண்ண அலைகளை நீங்க கேட்ட மாதிரி உங்க எண்ண அலைகளை நானும் கேட்கவாய்ப்புஇருக்கு..பட்..கொஞ்சம்கான்ஷியஸா இருக்கணும்.. இன்னமும் சொல்லப் போனா பலமான

மனசு உள்ளவங்க பலவீனமான மனசு உள்ளவங்களை கண்ட்ரோல் பண்ண கூட முடியும்"..

"வாவ்..வெரி இன்ட்ரெஸ்டிங்"

என்றாள் மாலா..

"இந்தாங்க என் விசிட்டிங் கார்டு.."

அந்த இளைஞன் தந்த விசிட்டிங் கார்டை பெற்றுக் கொண்டு

மாலாவுடன் வெளியே நடந்து கொண்டு இருந்த ராகவனின் மனதில், "இவளை கட்டிலில் சந்திச்சா எவ்வளவு நல்லா இருக்கும்" என்ற எண்ணம் வந்தது.. சில நிமிடங்கள் தொடர்ந்து..

ജ്ഞ

காலிங் பெல் ஒலிக்க கதவை திறந்தாள் மாலா.

டிப்டாப்பாக இருவர் நின்று கொண்டு இருக்க, ஒரு நபர் கையில் சூட்கேஸ் ஒன்று இருந்தது.

"அவர் வீட்டில இல்லையே.வெளியே போய் இருக்கார்".

"தெரிஞ்சு தான் வந்தோம்.

நாங்க பேச வேண்டியது உங்ககிட்ட தான்.உள்ள போய் பேசலாமா?"

லேசான குழப்பத்துடன் "சரி" என்று தலையாட்டி உள்ளே போக, உள்ளே வந்து ஷோபாவில் அமர்ந்தார்கள்.

"சிஸ்டர்..நேரா விஷயத்துக்கு வந்துடறேன்.நடக்க இருக்கற சட்ட மன்ற இடைத்தேர்தல்ல எங்க பாண்டி அண்ணனுக்கு ஆளுங்கட்சியில சீட்டு ஒதுக்கறது உறுதி ஆயிடிச்சு.

ஜெயிச்சா அவர் மந்திரி.

எதிர் கட்சி ஆதரவோடு உங்க வீட்டுக்காரர் தேர்தல்ல நிக்கறதா நியூஸ்.சமூக சேவை அது இதுன்னு செஞ்சு

கொஞ்சம் நல்ல பேர் வேற இருக்கு உங்க வீட்டுக்காரருக்கு. அவர் தேர்தலில் நிக்கக் கூடாது.

இதுல 1 கோடி இருக்கு.

அட்வான்ஸ் தான்.வேட்பு மனு தாக்கல் பண்ற கடைசி நாள்ல மனு தாக்கல் பண்ணாம ஒதுங்கிட்டா இன்னமும் 4 கோடி."

"நான் சொன்னால் கேட்க மாட்டாரே?".

"பெண்கள் அதிலேயும் அழகான பெண்கள் நினைச்சா முடியாதது இருக்கா?"

"சூட்கேஸ் வச்சிட்டு போகட்டுமா இல்லை.."

"அண்ணன் அன்போடு கொண்டு வந்ததை தங்கச்சி

வாங்காம திருப்பி கொடுத்தா நல்லாவா இருக்கும்?".

"சந்தோஷம் தங்கச்சி.நீ யாவது உலகம் புரிஞ்சி இருக்கே. வரட்டுமா?"

"கண்டிப்பா அவர் தேர்தல்ல நிக்காம நான் பார்த்துக்கறேன்"

"அது இனி உன்னோட பொறுப்பு.. எங்களுக்கு உன் மேல முழு நம்பிக்கை இருக்கு.வர்றம்மா"

இருவரும் வெளியே செல்ல,

மாலா சூட்கேஸ் திறந்து மலர்ந்தாள்.

✵

அருகில் படுத்து இருந்த ராகவனின் மார்பில் கையை போட்டாள் மாலா.

"என்னங்க"

"ம்ம்..சொல்லு மாலா"

"நமக்கு எதுக்குங்க அரசியல், தேர்தல் எல்லாம்.."

"சமூக சேவை தான் என்னோட லட்சியம்.இலக்கு.

அதை ஒரு அரசு பதவியில் இருந்து செஞ்சா இன்னமும்

185

நெறைய பேருக்கு பண்ண முடியும்.அதுக்கு தானா ஒரு வாய்ப்பு வந்து இருக்குது.

நம்ம ஊர் பொது ஜனம் மட்டும் இல்லாம எதிர் கட்சி கூட எனக்கு நிபந்தனை இல்லாத ஆதரவு தர்றதா சொல்லி இருக்காங்க".

"ஏங்க.. சொல்றேன்னு தப்பா நினைக்காதீங்க.இப்படி சமூக சேவை அது இதுன்னு எத்தனை காலம் தான் இருக்கிறது? சொந்த வீடு, கார், ஒரு அந்தஸ்து வேண்டாமா?"

"கல்யாணத்துக்கு முன்னாடியே நான் கேட்டு, நீயும் உங்க குடும்பமும் சம்மதம் சொல்லி தானே கல்யாணம் நடந்தது?.. இப்ப என்ன திடீர்னு பணம், காசுன்னு.."

"பணம், காசை நாமளா தேடி போக வேண்டாங்க..தானா தேடி வந்தா?"

"என்ன சொல்றே?"என்றான் நெற்றியை சுருக்கி.

பாண்டி அண்ணன் ஆட்கள் வந்ததை சொன்னாள்-- தேவைப்படும் இடங்களில் சென்சார் செய்து.

"நீ என்ன பண்ணுனே?-- சூட்கேஸை வாங்கிட்டியா?"

"சே சே.. உங்க சம்மதம் இல்லாம வாங்குவேனா?"

"இப்படி ஒரு எண்ணம் வந்ததே தப்பு.இதுக்கே உன்னை விவாகரத்து பண்ணனும்.."

"ஏதோ ஒரு சபலத்துல உங்ககிட்ட இப்படி கேட்டுட்டேன்.. இதுக்காக எதுக்குங்க பெரிய வார்த்தை எல்லாம்" என்றவள் கண்களில் கண்ணீர்.

"சரி சரி..நடந்ததை கெட்ட கனவா நினைச்சு மறந்துடு"என்றான் ராகவ்.

"சரிங்க" என்ற மாலாவின் மனம் முழுவதும் பீரோவுக்கு அடியில் இருந்த சூட்கேஸில் இருந்த நோட்டுக்களே ஓடிக் கொண்டிருந்தது.

ജ

ஊர் முக்கியஸ்தர்கள் பலரும் கூடி இருந்தார்கள்.

நடுநாயகமாக ராகவன் நின்று கொண்டு இருக்க, கழுத்தில் மாலை போட்டு இருந்தது.

"வேட்பு மனு எல்லாம் ஃபில் பண்ணி ரெடியா இருக்கா?"

பஞ்சாயத்து தலைவர் அருகில் இருந்த நபர் இடம் கேட்க, "தயாரா இருக்குங்க ஐயா" என்றார் அவர்.

"ராகு காலம் முடிஞ்சது.

இன்னும் வேட்பு மனு தாக்கல் முடிய ஒரு மணி நேரம் தான் இருக்கு.வாங்க சீக்கிரம் போகலாம்"

கூட்டம் முழக்கங்கள் உடன் நடக்க ஆரம்பித்தது.

பத்திரிக்கை, டிவி கேமிராக்கள் பளிச்சிட்டுக் கொண்டு இருந்தன.

வழியில் காந்தி சிலைக்கு மாலை அணிவித்து விட்டு கீழே இறங்கி... கொஞ்ச தூரம் நடந்து...

சற்று தொலைவில் வேட்பு மனு தாக்கல் செய்யும் வருவாய் வட்டாட்சியர் அலுவலகம் தெரிந்தது.

ராகவனின் ஒரு புறம் பஞ்சாயத்து தலைவர் வர, மற்றொரு புறம் தியாகி நல்லசிவம் வர...

திடீரென ராகவன் மனதில்

"எனக்கு பைத்தியம்" என்ற எண்ணம் எழுந்தது.

"என்ன இப்படி ஒரு பைத்தியக்காரத்தனமான எண்ணம்"என்று ராகவன் எண்ண எண்ண..

"ராகவா.. உனக்கு பைத்தியம்.சட்டையை கிழித்து கொள்"

"நோ" எண்ணத்தை உதற முயன்று தோற்றான்.

"உனக்கு பைத்தியம்..சட்டையை கிழித்து கொள்."

மனதில் அலை அலையாக அதே எண்ணம்..

ராகவன் அவனையும் மீறி சட்டையை கிழித்து கொண்டான்.

"என்ன ராகவா?.. ஏன் சட்டையை கிழிச்சுக்கறே?"

குழப்பத்துடன் பஞ்சாயத்து தலைவர் கேட்க,

"என் சட்டை.நான் கிழிச்சுக்கறேன்.உனக்கு என்னடா?.. வேட்டியை கூட கழட்டுவேன்.பாக்கறையா?"

சொல்லியவாறே வேட்டியை அவிழ்த்து எறிய, ஜட்டி உடன் நடுரோட்டில் நிற்க..

என்ன ஆச்சு ராகவா ? உனக்கு என்ன பைத்தியமா?"

என்று கேட்ட தியாகி நல்லசிவத்தின் மண்டையில் ரோட்டில் இருந்த கல்லை எடுத்து அடித்து...

"ஆமாம்.. எனக்கு பைத்தியம் தான்.. எனக்கு பைத்தியம் தான்".

கேமராக்கள் ஓடிக் கொண்டிருந்தன.

ജ്ഞ

ஒரு மாதத்திற்கு பிறகு ஒரு நாள் அரசு மனநல மருத்துவமனையில்...

ராகவனுக்கு எப்படி, எத்தனை முறை யோசித்தாலும் அன்று ஏன் அப்படி நடந்து கொண்டேன் என்பது மட்டும் பிடிபடவே இல்லை.

மனநலம் பாதிக்கப்பட்ட நபர் தேர்தலில் போட்டியிட முடியாது என்பதுடன் கடைசி நேரக் குழப்பத்தால் எதிர் கட்சி சார்பில் கூட யாரும் தேர்தலில் போட்டியிட முடியாத நிலையில் பாண்டி வெற்றி பெற்று எம்எல்ஏ ஆகி இருந்தது வேறு ராகவனுக்கு வருத்தத்தை கூட்டி இருந்தது.

அன்று நடந்த சம்பவத்தை தொடர்ந்து ராகவன் ஒரு மாதமாக அரசு மருத்துவமனையில் மனநலப் பிரிவில்...

"உங்களைப் பார்க்க உங்க மனைவி வந்து இருக்காங்க.

விசிட்டர் ரூம் போலாம் வாங்க".

பார்வையாளர் அறையில்

நோயாளிக்கும் பார்வையாளருக்கும் இடையே ஒரு கம்பி வலை இருந்தது.வலைக்கு அந்த பக்கம் மாலா இருந்தாள்..

கண்ணில் எந்த நேரத்திலும் வழிய தயார் நிலையில் நீர் நின்று கொண்டு இருந்தது.

"எப்படி இருக்கீங்க?"

"இருக்கேன்".

"இன்னும் 2 டெஸ்ட்ல பாஸ் ஆயிட்டா, உங்களை வீட்டுக்கு அனுப்பிடுவாங்களாம்.

டாக்டர் சொன்னார்".

"மாலா..ஒரே குழப்பமா இருக்கு.அன்னிக்கு என்ன நடந்ததுன்னே சரியா ஞாபகம் வர மாட்டேங்குது."

"சரி விடுங்க..நடந்தது நடந்து போச்சு... ஒரு முக்கியமான விஷயம்.. அம்மாவுக்கு உடம்பு சரியில்லைன்னு போன் வந்தது.நான் ஊருக்கு போறேன்.வர ஒரு வாரம் ஆகும்.. டென்ஷன் ஆகாம இருங்க..வரட்டுமா?"

சொல்லியவாறே மாலா வெளியேற..வெளியேற..

"ஆஹா.. ஏஞ்சல் மாதிரி இருக்கா மாலா.." என்ற எண்ணம் மனதில் தோன்ற..

தொடர்ந்து,

"இனி 5 நாளுக்கு இவ நம்ம சொத்து...இதுக்காகத் தானே அன்னிக்கு டெலிபதி மூலமா..

இவளை அனுபவிக்க இதுக்கு மேல கூட எதுவும் செய்யலாம்.7 மணி மும்பை விமானத்தில் பறந்து பின்னர் இன்பத்தில் முழுகலாம்"

ராகவன் மனதில் எண்ணம் வந்தது..

ராகவன் கஷ்டப்பட்டு தன் மனதிற்குள் வந்த எண்ணங்களை மட்டும் உள் வாங்கிக் கொண்டு, தன் மனதில் எந்த எண்ணமும் எழாமல் பார்த்து கொண்டான்.

"லெட்ஸ் கோ ஸ்வீட்டி"என்ற எண்ணத்தை தொடர்ந்து ராகவன் மனதில் வேறு எண்ணம் எதுவும் வரவில்லை.

"சுந்தரும் மாலாவும் போய் விட்டார்கள்"என்று உறுதி செய்து கொண்டான்.

"மாலா.. எல்லாவற்றுக்கும் காரணம் நீ தானா?.. உன்னை விட மாட்டேன்."

"சார்.. ரூமுக்கு போலாம் வாங்க"

பாதுகாவலர் அழைக்க உடன் நடந்தான்.போகும் வழியில் ட்ரேயில் வைக்கப்பட்டு இருந்த சர்ஜிகல் கத்தி கண்ணில் பட, கண நேரத்தில் எடுத்து மறைத்துக் கொள்ள...

ரூமுக்கு உள்ளே போக..

பாதுகாவலர் வெளியே போக..

ராகவன் பாத்ரூமுக்கு உள்ளே நுழைந்து வென்டிலேட்டரில் இருந்த கண்ணாடிகளை கழற்றி உள்ளே நுழைந்து...

வெளியே குதித்து, வழியில் வந்த ஆட்டோ பிடித்து...

"ஏர்போர்ட் போப்பா"என்றான்.

ജ്ഞ

ஏர்போர்ட்டில் உட்கார்ந்து இருந்த அவர்கள் இருவரும் தாமதமாகத் தான் ஆபரேஷன் செய்யும் சர்ஜிகல் நைபுடன் வந்த அவனை பார்த்து, அதிர்ந்து, முகம் வெளுத்து, சுதாரிப்பதற்குள் அந்த கூர்மையான கத்தி அவர்கள் இருவரின் கழுத்துக்களையும் பதம் பார்க்க,

"ஆமா.. நான் பைத்தியம்தான்..பைத்தியம்தான்" என்றான் அவன்..கத்தியை எறிந்துவிட்டு...

ജ്ഞ

பின் குறிப்பு:

மனநிலை பாதிக்கப்பட்ட ராகவன் கொலை செய்தது கொலையாக கருதப்படாது என்று தீர்ப்பு வழங்கியது நீதிமன்றம்.

எப்படி இப்படி?"

ஊருக்கு மையத்தில் இருந்த அந்த வீட்டின் கதவு சன்னமாக திறக்கப்பட, விநாடிகளில் ரமேஷ் உள்ளே நுழைய கதவு மீண்டும் மூடப்பட்டது.

ரமேஷ் ஒட்டி இருந்த தாடியை விலக்கினான்.

"வெரிகுட் ரமேஷ்.

இந்த தடவை நம்ம இலக்கு தவறாது.யூ டிட் குட் ஜாப்.."

வீட்டின் உள்ளே இருந்த கணேஷ் கட்டித் தழுவினார்.

"நாம் இதைக் கொண்டாடலாம்".

"காரியம் முழுசா முடியட்டும்..இப்ப வேண்டாம் "

"ஓகே.. அட்லீஸ்ட் நாம டீ சாப்பிடலாமே?"

"ஓகே"

டீ சாப்பிட சாப்பிட ரமேஷூக்கு லேசாக கண்கள் சுழல, மயக்கம் வருவது போல் இருந்தது.

"எனக்கு என்...ன...மோ..பண்...ணு..து"

படுக்கையில் சாய்ந்தான்.

அந்த நபர் ரமேஷ் சட்டையை கழற்றி ஃபேன் போட்டு விட்டு அருகில் ஒரு சேர் போட்டு உட்கார்ந்தார்.

காதுக்கு அருகே கையை சொடுக்கி,

"ரமேஷ்.. நான் சொல்றது கேட்குதா?"

"ம்" என்றான் சற்றே குழறலுடன்.

"என் விரல்களை பார்"

பார்க்க பார்க்க கண்கள் துவண்டன.

"நீ மெல்ல மெல்ல ஆழ்ந்த உறக்கத்திற்கு போகிறாய்"

"ஆமாம்" என்பதற்கு ஏற்ப தலையசைந்தது.

"நீ நான் சொல்வதை முழுமையாக நம்புகிறாய்.. ஏனெனில் நான் உன் நலனில் அக்கறை உள்ளவன்"

"ம்"...

"நான் சொல்வது உன் ஆழ்மனதில் பதிகிறது."

"ம்"

அந்த நபர் சொல்ல சொல்ல அந்த வார்த்தைகள் மெல்ல மெல்ல ரமேஷின் ஆழ்மனதில் நுழைந்து...

மயக்கம் தெளிந்து எழுந்த ரமேஷ்,

"ஸார்.. என்னாச்சு.டீ குடிக்க குடிக்க..."

"ரமேஷ்.. எடுத்துகிட்ட காரியத்தை முடிக்க ஓவர் ஸ்ட்ரெயின் எடுத்து இருக்கிறே..ஸோ டயர்ட்னஸ்.. தட்ஸ் ஆல்..நவ் யூ ஆர் ஆல்ரைட்"

"ஓகே ஸார்.நான் கிளம்பறேன்"

"பீ ஃக்கேர்ஃபுல்.இருக்கற இடம் அப்படி.."

ரமேஷ் வெளியேற கதவை மூடிக் கொண்டது.

....

அந்த சிறு ஓட்டு வீட்டில் ஒதுங்கி சிக்னலுக்காக காத்து இருந்தான் ரமேஷ்.

"இன்னிக்கு திட்டப்படி குண்டு வெடிக்கும்.. அதைத் தொடர்ந்து.."

நினைக்கவே மகிழ்ச்சி ஆக இருந்தது.

"நினைச்சது சாதிக்கணும்னா உயிர் எல்லாம் ஒரு பொருட்டல்ல"

நினைத்துக் கொண்டான்.

எதிர் பாராத ஒரு கணத்தில் துப்பாக்கி கட்டை பின் மண்டையில் அடிக்க,

ரத்தம் வடிய, திரும்புவதற்குள் ராணுவ உடையுடன் நான்கைந்து பேர் இறுக்கி பிடித்தார்கள்.

ஒருவன் சட்டை பாக்கெட்டில் கை விட்டு வெளியே எடுத்து பார்த்து விட்டு

"சயனைடு"என்றான்.

கன்னத்தில் மாறி மாறி அறைகள் விழுந்தன.

"நீ பேசுன சிக்னலை ட்ரேஸ் பண்ணி உன்னோட கவுண்டர் பார்ட் கூட்டாளியை பிடிச்சிட்டோம்.உனக்கு தான் பிளான் தெரியுமாம்.சாகறதுக்கு முன்னால் அவன் பொய் சொல்லி இருக்க வாய்ப்பில்லை.

சொல்றையா? உயிரை விடறையா?"

"சாகத் துணிஞ்சுதான் இதை ஏத்துகிட்டேன்.என்கிட்ட உயிரை வேணும்னா நீங்க எடுக்கலாமே தவிர உண்மையை இல்லை" என்றான் வாயில் வழிந்த ரத்தத்துடன் ரமேஷ் சிரித்தவாறே.

"உன்கிட்ட இருந்து எப்படி உண்மையை கொண்டு வரணும்னு எங்களுக்கு தெரியும்"

என்றவன் ஷூ காலால் எட்டி உதைத்தான் முகத்தில்.

....

ரமேஷ் படுத்து இருந்தான் என்று சொல்வதை விட படுக்க வைக்கப்பட்டு இருந்தான் என்பதே சரியாக இருக்கும்.

"டாக்டர் சீக்கிரம்."

"வெயிட்.அவசரப்பட்டா ஆள் அவுட் ஆவானே தவிர உண்மையை வாங்க முடியாது"

"டாக்டர் இந்த ட்ரூத் செரம் கண்டிப்பா சக்சஸ் ஆயிடும் இல்லை?"

"ஏன் இதுக்கு முன்னாடியே பல பேர் கிட்ட உண்மையை எக்ஸ்ட்ரேக்ட் பண்ணி வாங்கி இருக்கோம்லே.ஏன் இந்த டவுட்?"

"இதுல சக்சஸ் ரேட் 50:50 சதவீதம் தான்னு ஒரு ஆர்ட்டிகிள் படிச்சேன்.அது போக ஆளைப் பொறுத்து.. தான் சக்சஸ்னு.."

"யெஸ்.. நீங்க சொல்றது சரிதான்.ஆனா நீங்க சொல்றது சோடியம் தயோ பென்டால் யூஸ் பண்ற கேஸ்ல தான்.

இன்னமும் சரியா சொல்லணும்னா இது நார்கோ அனாலிஸஸ்.

இப்ப நான் தர்ற ட்ரக் சோடியத்தோட நானே ஒரு ஹெர்பல் கலந்து தயாரிச்சது.. இந்த உலகத்தோட பார்வைக்கு இன்னமும் வெளித் தெரியாதது.

அதனால் தான் இதுக்கு முன்னாடி நாம் பயன்படுத்துன எல்லா கேஸ்லயும் நாம எதிராளி கிட்ட இருந்து அவங்க மறைக்க நினைக்கற உண்மையை வெளிக் கொணர முடிஞ்சது.

கண்டிப்பா என்னோட ட்ரக் எப்படிப்பட்ட மன உறுதி இருக்கற ஆளா இருந்தாலும் அதை உடைச்சு உண்மையை வெளிக் கொண்டு வந்தே தீரும்.. நான் 100% உறுதி தர்றேன்"

"உண்மையிலேயே நீங்கள் எங்களுக்கு கிடைச்ச ஒரு வரப்பிரசாதம் டாக்டர்".

ட்ரக் ரமேஷ் உடம்பில் செலுத்தப்பட...

ரமேஷ் மெல்ல மெல்ல மயக்கத்திற்கு செல்ல..

"சொல்லு.என்ன செஞ்சீங க?"

"குண்டு...வச்சிருக்கோம்"

"எங்கே?"

"சொல்ல...மாட்...டே..ன்"

தூங்காமல் இருக்க கன்னத்தில் ஒரு அறை கொடுக்கப்பட்டது.

டாக்டர் மேலும் கொஞ்சம் சிரிஞ்சை அழுத்த...

"ரமேஷ்..இப்ப சொல்லு"

எப்படி இப்படி?"

"ம்"

"எங்க குண்டு வச்சிருக்கீங்க?"

"சொல்...ல... லா..கூ..ர்...ல..."

"லாகூர்ல எங்கே?"

"ஹ.. ஹான்..டேட்டா தர்..பா..ர். மசூதி ...

வாசல்ன்னு...ம்ஹீம்.. நான் சொல்ல மாட்டேன்" என்றவாறே மயக்கத்துக்கு போக..

"டாக்டர்.. அவன் அதே கண்டிஷன்ல இருக்கட்டும். அவன் சொன்னது சரியா ன்னு பாக்கலாம்"

வயர்லெஸ் செய்தி லாகூருக்கு பறக்க..

நகம் கடித்தபடி அங்கு இருந்தவர்கள் காத்து இருக்க.. பத்து நிமிடங்களில் பதில் வந்தது.

"யெஸ்.. மசூதி வாசலில் இருந்த சக்தி வாய்ந்த வெடிகுண்டு கைப்பற்றப்பட்டது"

என்று.

"டாக்டர்.. மீண்டும் ஒரு முறை அவர்கள் சதி முறியடிக்கப்பட்டது.. உங்கள் திறமை வென்றது"என்றார் ராணுவ கர்னல்.

ரமேஷ் கண் விழித்தான்.

"உன் இடம் இருந்து உண்மையை வாங்கி லாகூர் மசூதியில் வச்ச குண்டை எடுத்துட்டோம்.ஹா ஹா"

ரமேஷூக்கு அழுகை அழுகையாக வந்தது.

எழ முயன்று தோற்றான்.

அதற்குள் கர்னலுக்கு தகவல் வர அதிர்ந்தார்.

"யூ..சன் ஆஃப் எ ....

பலுசிஸ்தான் எங்க ராணுவ முகாம் (ஏர்பேஸ்) ஸ்கர்டு (skardu)ல குண்டு வெச்சிட்டு லாகூர்ன்னு சொல்லி திசை திருப்பி..."

கோபத்தில் துப்பாக்கியை எடுத்து ரமேஷை நோக்கி சரமாரியாக சுட...

"லாகூரில் தானே குண்டு வைத்தது எப்படி பாகிஸ்தான் ஆக்கிரமிப்பு காஷ்மீரில் உள்ள ஸ்கர்டில்.. வெடித்தது.. ஓகே.அங்கு வெடிப்பது தான் மிகச் சரி "என்று மனதில் ஓட ஓட.."பாரத் மாதா கீ ஜெய்"என்று சொல்லியவாறே ரமேஷ் சரிய..

ജ്ഞ

"நம்ம பிளான் படி பிஒகே ல இருக்கற பாகிஸ்தான் ஏர்பேஸ்ல குண்டு வெடிச்சு பலத்த சேதாரம்..இப்ப ரெடியா இருக்கற நம்ம விமானங்கள் அங்க இருக்கிற அத்தனை தீவிரவாத முகாம்களையும் முழுமையா அழிக்கலாம்.அவங்களுக்கு உதவ பாகிஸ்தான் விமானங்கள் எதுவும் வர முடியாது. நம்முடைய பல வருஷ திட்டம் இன்னிக்கு சக்சஸ் ஆகப் போகுது"

"யெஸ் கணேஷ்.. ஏற்கனவே நம்ம விமானங்கள் பாகிஸ்தான் தீவிரவாத முகாம்களை அழிக்க போயாச்சு.. ரமேஷ் மாதிரி இருக்கற நம் வீரர்கள் சாவு வீண் போகலை. ஆமாம்..

எப்படி இந்த தடவை அவங்களால நம்ம பிளானை உடைக்க முடியலை?"என்றது டெல்லி ராணுவ தலைமையக அதிகாரி குரல்.

"எப்படியும் பிடிபடற நபர்கள் மூலமா அவங்க ஏதோ ஒரு விதத்தில் உண்மையை வெளிக் கொண்டு வந்துடறாங்க... அதனாலே நான் ரமேஷுக்கு தெரியாமலேயே குண்டு வச்ச இடத்தை ஹிப்னாடிசம் மூலமா மாத்தி லாகூரில் தான் குண்டு வச்சதா ரமேஷோட ஆழ் மனதில பதிய வைச்சேன்... ரமேஷ் முழுக்க முழுக்க அதை நம்புனதாலே அவர்களோடே விசாரணையில- அனேகமா நார்கோ அனாலிசிஸ் மூலமா இருக்கலாம்- லாகூர்னு சொன்னது அவங்களை திசை

திருப்பி..நம்ம திட்டப்படி அவங்க ஏர்பேஸ்ல குண்டு வெடிச்சு...."

"குட் கணேஷ்.. உங்களை மாதிரி ரமேஷ் மாதிரி திறமையானவங்க,

தேசத்துக்காக உயிரை கொடுக்க தயங்காதவங்க இருக்கற வரை நம் நாட்டை யாராலும் ஒன்னும் பண்ண முடியாது.. ஜெய் ஹிந்த்"..

தேசம்

சுதந்திரம்!..

முன் குறிப்பு: உரையாடல்கள் பெங்காலி, ஆங்கிலம், ஹிந்தி என்று நடைபெற்று இருந்தாலும் புரிதல் பொருட்டு தமிழில்..

இனி கதை...

1908 நவம்பர் திங்கள் 10 ம் நாள்...

அலிப்பூர் சிறை..

அதிகாலையில் ஆதவன்,

'இந்த கொடுமைக்கு தான் சாட்சியாக இருக்க விரும்பவில்லை 'என்பது போல் மேகங்களுக்கு பின்னால் ஒளிந்து கொண்டு வெளியே வராமல் பதுங்கி இருந்த வேளையில்...

"கனைலால் தத்தா.. தயாரா?"

"ஆவலுடன் காத்திருக்கிறேன்"

மெல்லிய புன்னகை உடன் அந்த இளைஞன் பதில் தந்தான்..

இருபது வயது இளம் வாலிபன்.

"நன்றாக தூங்கினாயா?. வருத்தம் இல்லையா?"

"நன்றாக உறங்கினேன்.

வருத்தம் எதற்கு? மகிழ்ச்சி தான்.. பிறந்த பிறப்பிற்கு நான் என்னுடைய கடமையை சரியாக நிறைவேற்றி விட்டேன் என்ற பெருமிதத்துடன் தான் இருக்கிறேன்"

சிறைக் காவலர் அந்த இளைஞனை வாடிய முகத்துடன் அழைத்துச் செல்ல, அந்த இளைஞனோ சிரித்த முகத்துடன்...

"உன்னுடைய கடைசி ஆசை?"

"உங்களால் நிறைவேற்ற முடியாத ஆசை தான் என்னுடைய ஒரே ஆசை-- அது தான் பாரதத்தின் சுதந்திரம்"

சொல்லி சிரித்தான்.

சிறை அதிகாரிகள் தூக்கு மேடை அருகே காத்திருந்தார்கள்.

தூக்கு மேடை மீது ஏறினான் கனையா...

சுற்றுமுற்றும் ஒரு முறை பார்த்தான்.

முகத்தை கறுப்பு துணி கொண்டு மூடினார்கள்.

"சுற்றும் முற்றும் பார்த்தாயே..என்ன நினைத்தாய்?"

சிறைத் துறை அதிகாரி கேட்டார்.

"இப்போது மூடப்படும் இந்த கண் மீண்டும் ஏதேனும் ஒரு நாள், அடுத்த பிறவியில் முதலில் கண் திறந்து பார்க்கும் போது அது சுதந்திரம் அடைந்த பாரத பூமியை பார்ப்பதாக இருக்க வேண்டும்."

கயிறு இறுக, கனைலால் தத்தா காலமானார்...

மெல்ல சிறை அதிகாரி முணுமுணுக்க...

"ஐயா..என்னவோ சொன்னீர்களே.. சரியாக கேட்கவில்லை.?" என்ற உதவியாளர் கேள்விக்கு,

"இது போன்ற நபர்கள் தான் பாரத தேசத்தின் விடுதலைக்கான ஆணி வேர்கள்"..

ജ്ഞ

ஏன் கனைலால் தத்தா தூக்கில் இடப்பட வேண்டும்? என்பதை அறிய பயணிப்போம் வாருங்கள்..

ജ്ഞ

1908 ஆகஸ்ட் திங்கள் 31 ம் நாள்...

அலிப்பூர் சிறை மருத்துவமனை வளாகம்..

European ward என்று ஐரோப்பிய கைதிகளுக்காக அமைக்கப்பட்டிருந்த தனி செல்லில் இருந்த இந்தியர் நரேந்திர நாத் கோஸ்வாமி இடம் ஒரு துண்டு சீட்டு தரப்பட்டது ரகசியமாக சிறை கன்விக்டட் வார்டன் ஒருவரால்.

அந்த துண்டு சீட்டை வாங்கி பிரித்து படித்தான் கோஸ்வாமி..

"நானும் அப்ரூவராக மாறி ஒப்புதல் வாக்குமூலம் தர விரும்புகிறேன்.. ஏற்பாடு செய்ய முடியுமா? சந்திக்க

வேண்டும் -- மருத்துவமனை வளாக டிஸ்பென்ஸரி அருகில்.. காத்திருக்கிறேன்"

சத்யேந்திர போஸ்..

என்று கையொப்பம் இருந்தது.

நரேந்திர நாத் கோஸ்வாமி ஒரே ஒரு கணம் தான் யோசித்தான்..

"உயிர் வாழ நினைப்பவர்களுக்கு இதை விட்டால் வேறு வழியில்லை.

இப்போதாவது அறிவு வந்ததே!"என்றான் அருகில் இருந்த ஐரோப்பிய பிரஜைகளுக்கான வார்டின் குற்றவாளி வார்டன் ஹிக்கின்ஸ் இடம்.

"நாம் உடனடியாக மருத்துவமனை மருந்தகம் வரை செல்ல வேண்டும்.வா போகலாம்"

"எதற்காக? ஜெயிலர் மற்றும் உயர் அதிகாரிகள் இடம் அனுமதி பெற வேண்டுமே?"

"இப்போது அதற்கு எல்லாம் நேரம் இல்லை. குற்றவாளி அப்ரூவராக மாறி ஒப்புதல் வாக்குமூலம் தருகிறேன் என்று முன்வரும் போது உடனடியாக ஒரு நிமிடம் கூட தாமதிக்காமல் அதை வாங்கி விட வேண்டும்.அவனை பார்த்து பேசி விட்டு பிறகு உயரதிகாரிகள் இடம் பேசிக கொள்ளலாம்.நான் பேசிக் கொள்கிறேன் ஜெய்லர் இடம்"...

"ஹிக்கின்ஸ்..இவரை பாதுகாப்பாக நன்கு கவனித்து கொள்.. இந்திய குற்றவாளிகளை அனுமதிக்காத இந்த வார்டில் அனுமதித்து உள்ளோம் என்பதே உனக்கு புரிய வைக்கும்...இவனை வைத்து மிகப்பெரிய நபர்களை பிடிக்க, வழிக்கு கொண்டு வர வேண்டி உள்ளது..டேக் கேர் ஹிம்"

நரேந்திர நாத் அங்கே வந்த போது ஜெயிலர் சொன்னது நினைவுக்கு வந்தது.

"ஓகே நரேந்திரா.." என்று கூறி விட்டு, உடன் லிண்டன் என்ற நபரையும் அழைத்துக் கொண்டு மூவரும் அலிப்பூர்

சிறை மருத்துவமனை நோக்கி நடந்தார்கள் -- அதில் ஹிக்கின்ஸ் பெல்டில் தோட்டா நிரப்பப்பட்ட துப்பாக்கி தயாராக இருந்தது சுடுவதற்கு.

ॐ

அலிப்பூர் மருத்துவமனை மாடி..

"கனைலால்...அதோ கோஸ்வாமி உடன் இரு பிரிட்டிஷ் காரர்கள் வருவது தெரிகிறது..என்ன செய்யலாம்?"

"இதை விட நல்ல சந்தர்ப்பம் கிடைக்காது சத்யேந்திர போஸ்.. எல்லாம் கூடி வந்து விட்டது.இந்த சந்தர்ப்பத்தை தவற விட்டால், நம் தலைவர் சிறையில் இருந்து வெளியே வரவே முடியாது.நாம் எடுத்த சபதப்படி, இந்த சுதந்திர வேள்வி தீயில் நம் உயிரை ஆகுதியாக தர சரியான சந்தர்ப்பம் வந்து விட்டதாகவே நினைக்கிறேன்.செய் அல்லது செத்து மடி..

ஜெய் அனுமான் "

"ஜெய் அனுமான்.. அவர்கள் இந்த படி வழியாகத்தான் மாடிக்கு வர வேண்டும்.நாம் மேலே இருந்து அவனை சுடுவது தான் எளிது.அந்த ஆங்கிலேயர்கள் கையில் துப்பாக்கி இருக்கலாம்..திருப்பி சுடலாம்.அதைக் கண்டு நாம் பின்வாங்கி விடக்கூடாது.

ஒருவர் ஆங்கிலேயனை கவனித்து கொண்டால் கூட மற்றொருவர் கோஸ்வாமியை கொன்று விட வேண்டும்..நம் ஒரே இலக்கு... நரேந்திர நாத் கோஸ்வாமி தான்.."

இருவரும் தங்கள் இடுப்பைத் தொட்டுப் பார்த்து கொண்டார்கள்...

கருப்புநிற எமன் அமைதியாய் உறங்கிக் கொண்டிருந்தது.

அவர்கள் அருகே வந்தார்கள்.

"நண்பனே நலமா?.. உன்னோடு இணைய வந்துள்ளோம்..வா நண்பா"

205

கனையா கோஸ்வாமியை அழைக்க...

"நாங்கள் இருக்கும் போது பேசுங்கள் -- தனித்து அல்ல"

என்ற ஹிக்கின்ஸ் இடம்...

"நான் நெருங்கி பேச மாட்டேன்.. நீயும் என் மேல் கவனமாகவே இரு.. அவர்கள் பேச்சு சரியில்லை என்றால் உன் துப்பாக்கி பேசட்டுமே"

என்ற கோஸ்வாமி பதிலால் அரைமனதுடன் ஹிக்கின்ஸ் சற்று தள்ளி நிற்க... மூவரும் வராந்தாவில் சில அடி இடைவெளியில் நின்று பேசிக் கொண்டு இருக்க...

சந்தர்ப்பம் பார்த்து எதிர்பாராத ஒரு கணத்தில்

சத்யேந்திர போஸ் மறைத்து வைத்திருந்த துப்பாக்கியை எடுத்து கோஸ்வாமியை நோக்கி... உஷாராக நின்று இருந்த ஹிக்கின்ஸ் சூழலை உடனடியாக உணர்ந்து உள் நுழைய, சத்யேந்திர போஸ் சுட்ட ஒரு தோட்டா ஹிக்கின்ஸ் செவி மடலைத் தடவிச் சென்றது.

கனைலால் தத்தா துப்பாக்கியில் இருந்து வெளி வந்த தோட்டா சற்று விலகி மாடிப்படி யில் பட்டு தெறித்தது.

மருத்துவமனையில் இருந்த சில நோயாளிகள் என்ன ஏது என்று திரும்பி பார்க்க...

மருந்தகத்திற்கு வந்த ஒரு நபர் அருகில் செல்ல.. சந்தர்ப்பத்தை பயன்படுத்தி

நரேந்திரநாத் கோஸ்வாமி படியில் இறங்கி ஓட, சுதாரித்து கொண்ட ஹிக்கின்ஸ் துப்பாக்கியை எடுத்து கோஸ்வாமியை விரட்டி ஓடிக் கொண்டிருந்த சத்யேந்திரனை நோக்கி குறி வைக்க...கனைலால் தத்தா துப்பாக்கியில் இருந்து வந்த தோட்டா ஹிக்கின்ஸ் மணிக்கட்டை லேசாக பதம் பார்க்க... ஹிக்கின்ஸ் கையை உதறிய கணத்தில் துப்பாக்கியுடன் கன்னைலால் தத்தா நரேந்திரநாத் கோஸ்வாமி, சத்யேந்திரன் சென்ற திசையில் ஓட...

கீழ் தளத்துக்கு வந்த நரேந்திர நாத் கோஸ்வாமி

அச்சத்துடன் "உதவி..உதவி" என்று அலறியவாறே ஓட...

சத்யேந்திர போஸ் துப்பாக்கியில் இருந்து சில தோட்டாக்கள் பறந்து...அவற்றில் இருந்து தப்பித்த நரேந்திர நாத் கோஸ்வாமி

ஜெயில் காம்பௌண்டை நோக்கி முன்னால் ஓட.. சற்று தள்ளி துப்பாக்கியால் சுட்டவாறே சத்யேந்திர போஸ் ஓடி வர, அவனைத் தொடர்ந்து கனைலால் தத்தா துப்பாக்கி உடன்..

அந்த சாலை மற்றொரு சாலை உடன் சந்திக்கும் இடத்தில்.. சற்று சுதாரித்து கொண்ட ஆங்கிலேயர் லின்டன் மற்றும் ஹிக்கின்ஸ் உடன் மேலும் சிலர் சூழ்ந்து கொண்டு... சத்யேந்திர போஸ் கையில் இருந்த துப்பாக்கி லின்டன் தலையை பதம் பார்க்க...

சிலர் சத்யேந்திரனை மடக்கி பிடிக்க...

கன்னைலால் தத்தா துப்பாக்கியில் இருந்து சென்ற தோட்டா சரியாக முதுகுத் தண்டை துளைத்து, எலும்புகளுக்குள் நுழைந்து, முன்புற நெஞ்சில் வந்து தன் பயணத்தை நிறைவு செய்தது.

நரேந்திர நாத் கோஸ்வாமி நெஞ்சை பிடித்த படி சரிய..

சிலர் கன்னைலால் தத்தா வை சுற்றி பிடிக்க...

காரியம் முடிந்து விட்டதால் அமைதியானார்கள்.

"நரேந்திர நாத் கோஸ்வாமி உயிர் பிரிந்தது"என்ற செய்தி தத்தா, போஸ் இருவருக்கும் தங்கள் காயங்களை மீறி சந்தோஷம் அளித்தது.

ജ&£ി

கன்னைலால் தத்தா கோர்ட் கூண்டில் நின்று கொண்டு இருக்க...

"நீங்கள் நரேந்திர நாத் கோஸ்வாமியை கொல்ல காரணம் என்ன?" என்று நீதிபதி கேட்க,

"அவனைக் கொல்ல வேண்டும் என்று நினைத்தேன்.. கொன்றேன்.மற்றபடி காரணம் எதுவும் கூற முடியாது.. பொறுங்கள்.. நான் நரேந்திர நாத் கோஸ்வாமியை கொன்றதற்கு ஒரேயொரு காரணத்தை மட்டுமே கூற விரும்புகிறேன் -- ஏனெனில் அவன் ஒரு தேசத் துரோகி ".

குற்றத்தை ஒப்புக் கொண்டதால் கன்னைலால் தத்தா மற்றும் சத்யேந்திர போஸிற்கு தூக்கு தண்டனை வழங்கப்பட்டது.

ജ്ഞ

பின்குறிப்பு:

1. அனுமன் சமிதி என்ற பெயரில் கல்கத்தாவில் ஒரு புரட்சிகர இளைஞர் அமைப்பு இயங்கி வந்தது.. அதன் முக்கிய நபர் Barindra nath Ghose..

2. பின்னாளில் ஸ்ரீ அரவிந்தர் என்று அறியப்படும் அரவிந்த கோஷ் Barindra nath Ghose ன் மூத்த சகோதரர்.இவர் தான் அந்த புரட்சி அமைப்பின் தலைவர் என்று நிரூபிக்க அரசு தரப்பில் முயற்சி நடந்தது.

3. அதற்கு ஏற்ப சாட்சியம் சொல்ல முனைந்த நபர் தான் இதே அமைப்பு சார்ந்த நரேந்திர நாத் கோஸ்வாமி.

4. கோஸ்வாமி ஏற்கனவே அரவிந்த் கோஷ் தான் இந்த அமைப்பின் தலைவர் மற்றும் அலிப்பூர் சதி வழக்கின் முக்கிய சூத்திரதாரி என்று மேஜிஸ்திரேட் கோர்ட்டில் அப்ரூவராக மாறி, சாட்சி கூறிய நிலையில் அதை செசன்ஸ் கோர்ட்டிலும் கூறி உறுதி செய்து விட்டால் அரவிந்த் கோஷ் தப்பிக்க இயலாத நிலை ஏற்படும் என்பதாலேயே கோஸ்வாமி கொலை செய்யப்பட்டார் -- தங்கள் தலைவரைக் காப்பாற்ற.

5. காலம் அனுமதித்தால் அலிப்பூர் சதி வழக்கு அல்லது வெடிகுண்டு வழக்கு குறித்து நூல் எழுத எண்ணம்.

குயிலி!-- குயில் அல்ல..

1772 ம் ஆண்டு.. ஜூன் திங்கள் 25 ம் நாள்..

சிவகங்கை மன்னர் முத்து வடுகநாதர் தன் மனைவி கெளரி நாச்சியார் உடன் காளையார் கோவிலுக்கு உள்ளே நுழைந்தார்.

"அரசே! இப்போது எதற்காக இந்த கோவில் தரிசனம் போர் முடிவுக்கு வந்து வராத சூழலில்?"

"கும்பெனி படையினர் சமாதானமாக போகலாம் என்று தூது அனுப்பி உள்ளனர்.அதனால் நம் உள்ளத்தில் குடி கொண்டிருக்கும் ஈசனைத் தரிசித்து விட்டு பின் சமாதானம் பேசலாம் என்றுதான் கெளரி.. காளையார் கோவில் தரிசனம்"

"நானும் வரும் போது எல்லாம் நினைப்பது உண்டு.ஏன் இதை காளையார் கோவில் என்று அழைக்கிறோம் என்று அறிந்து கொள்ள"

"சுந்தரமூர்த்தி நாயனார் இக்கோயிலை தரிசிக்க வரும் போது ஊரின்

வழியெங்கும் சிவனாக காட்சியளிக்க, கோயிலை அடைவதற்குள் அறியாமல் ஈசனை மிதித்து விட்டால் என்ன செய்வது என்று மருண்டு இறைவனை வேண்ட ஈசன் காளையை அனுப்பி வழி காட்டியதால்

' காளையார் கோவில்' என்றே அழைக்கப்படுகிறது"

"அருமை அரசே!"

"கௌரி...முத்தொழில் புரியும் ஈசன் இங்கு மூவராக அருள் பாலிப்பதும் அம்மையார் மூவராக அருள் பாலிப்பதும் நம் கோயிலுக்கு மட்டுமே உள்ள தனிச்சிறப்பு"

மூலவர் முன்னால் கண் மூடி நின்றனர்.

மணி ஓசையும் தீபாராதனையும் பார்த்து ஐயன் ஈசனை நெஞ்சுருக தொழுது வெளியே வந்தனர்.

கோவில் வாசலில் காத்து இருந்த சிப்பாய் ஒருவன் காதருகே கூறினான்.

"அரசே.. கும்பெனியார் மோசம் செய்து விட்டனர். சிவகங்கையைக் கைப்பற்ற ஒரு படையும் இங்கு காளையார் கோவிலில் உங்களை தாக்க ஒரு படையும்..."

உளவாளி உரைத்து முடிப்பதற்குள்...

பாய்ந்து வந்த தோட்டாக்கள் மன்னர் வடுகநாதர் மற்றும் இளைய மனைவி கௌரி நாச்சியார் மற்றும் உடன் வந்த வீரர்கள் மீது பாய...

மண்ணில் சரிந்தார் மாவீரர் முத்து வடுக நாதர்.

கையில் துப்பாக்கியுடன் குதிரையில் வந்த கும்பெனி தளபதி பான்சோர் அருகில் இருந்த நபரிடம் ஆங்கிலத்தில் சொன்னான்.

"வளரி உடனோ வாளுடனோ இருந்தால் இவரை சாய்ப்பது இயலாது.

போரில் வெற்றி பெற வீரம் மட்டும் அல்ல தந்திரமே பிரதானம் என்று பாவம் நேர்மையான மனிதர்களுக்கு தெரியாது.அது தான் நம் பலம்".

ಜಃ

முத்து வடுக நாதர் காளையார் கோயிலில் வஞ்சகமாக கொல்லப்பட சமாதானம் பேசுவோம் என்று கூறி திடீர் தாக்குதல் நடத்தி சிவகங்கை அரண்மனையையும் கைப்பற்றிய ஆங்கிலேயர்கள் வஞ்சகமும் தந்திரமே தங்கள் வெற்றிக்கு காரணம் என்பதை நன்கு அறிந்து இருந்தார்கள்.

கும்பெனி படையினரின் தாக்குதலில் தப்பித்து இருந்த முத்துவடுக நாதர் மூத்த மனைவியும் இராணியுமாகிய வேலு நாச்சியாரை

காலம் வரும் வரை சற்றே நாம் காத்து இருப்போம்.சில காலம் தலைமறைவு வாழ்க்கை நடத்துவோம்.அதே சமயம் நமக்கு உதவத் தயாராக உள்ளவர்கள் இடம் வேண்டிய உதவிகளை கேட்டு பெறுவோம்..படை திரட்டுவோம்.. என்று மருது சகோதரர்கள் ஆலோசனை சொல்ல,

அதுவே பரங்கியரை வெல்ல வழி என்று முடிவு செய்த வேலு நாச்சியார் ஏறக்குறைய 8 ஆண்டுகள் தலைமறைவு வாழ்க்கை நடத்தியதும்

மைசூர் ராஜாவாக இருந்த ஹைதர் அலி முதல் விருப்பாச்சி ஜமீன் கோபால் நாயக்கர் வரை பலரிடம் உதவி பெற்று பல இடங்களில் மாறி மாறி படை திரட்டி போர் பயிற்சி வழங்கியது எல்லாம் வரலாற்றில் மறக்க முடியாத காலங்கள்.

ಜಃ

1780 ம் ஆண்டு ஐப்பசி திங்கள் 5 ம் நாள்..

211

இராணி வேலுநாச்சியார் மருது சகோதரர்கள் முயற்சியால் சிவகங்கை மக்கள், பாளையக்காரர்கள் மற்றும் ஹைதர் அலி- திப்புவிடம் இருந்து பெற்ற பீரங்கி, துப்பாக்கி மற்றும் வீரர்கள் உள்ளடங்கிய படை கும்பெனியார் படையை எதிர்த்து தாக்குதல் நடத்தி எங்கு முத்துவடுகநாதர் வஞ்சகமாக கொல்லப்பட்டாரோ அந்த காளையார் கோவிலை மீட்டது.

தொடர்ந்து பல பாளையங்களில் வெற்றி கொடி நாட்டி சிவகங்கை அரண்மனை நோக்கி முன்னேறிச் கொண்டு இருந்தது.

சிவகங்கை நகரிலும் அரண்மனையிலும் ஏராளமான படை வீரர்களும் ஏராளமான போர்க் கருவிகள் மற்றும் நவீன துப்பாக்கி மற்றும் வெடி மருந்துகள் உள்ளதாக ஒற்றர்கள் தந்த செய்தியைத் தொடர்ந்து போர் குறித்து ஆலோசிக்க முக்கிய பிரமுகர்கள் கூடி இருந்தனர்.

தொடர்ந்து வெற்றி குவித்து வரும் படை சிவகங்கை அரண்மனையையும் கைப்பற்றி விடும் என்ற நம்பிக்கை இருந்தாலும் ஒற்றர்கள் மூலம் பெற்ற தகவல்கள் சற்றே ஐயத்தை ஏற்படுத்தவே செய்தன.

"நம்மிடம் வீரம் விளைந்த வீரர்கள் ஆண் பெண் என்று ஏராளம் இருந்தாலும் நவீன ஆயுதங்கள் அவர்கள் இடம் கூடுதல் என்பதை மறந்து விடக்கூடாது.

தீர ஆலோசித்தே தாக்குதலைத் தொடுக்க வேண்டும் "

என்று சின்ன மருது சொல்ல, அப்போது அங்கு வந்த ஒரு முதிய பெண்மணி,

"நாளை மறுநாள் விஜயதசமி வருகிறது. பெண்களுக்கு அன்று அரண்மனைக்கு அருகே உள்ள ராஜராஜேஸ்வரி கோவிலில் நுழைய பெண்களுக்கு அனுமதி உண்டு. அப்போது ராணி தலைமையில் பெண்கள் ஆண்டவனுக்கு அலங்கரிக்க கொண்டு செல்லும் மாலைகள், பூக்கள் மத்தியில் ஆயுதங்கள் உடன் உள் நுழைய வேண்டும்.

பெரும்பாலான ஆயுதங்கள் பூஜையில் வைக்கப்பட்டு இருக்கும்.சந்தர்ப்பத்தை பயன்படுத்தி நம் பெண்கள் படை தாக்குதலை ஆரம்பிக்க, அந்த தருணத்தை பயன்படுத்தி ஆண்கள் படையும் உட்புக, வெற்றி உறுதி நமக்கு.. சரிதானே?"

எல்லோரும் யார் அந்த முதியவர் என்று பார்க்க,

"ஓ..குயிலியா?"என்ற சின்ன மருதுவின் குரலுக்கு மெல்ல சிரித்து,

"சின்ன அண்ணன் கண்ணுக்கும் கருத்துக்கும் யார் தான் தப்பிக்க இயலும்" என்றவாறே தன் வெள்ளை முடியை கழற்றினாள் இள மங்கை குயிலி.

"இராணி..குயிலி சொல்வது மிகவும் நல்ல யோசனை ஆகத் தான் தெரிகிறது.நம் மன்னரை நயவஞ்சகமாக கொன்ற அந்த கும்பெனி தளபதி பான்ஜோரை வெல்ல நாமும் முள்ளை முள்ளால் எடுப்பது போல தந்திரத்தை பயன்படுத்தத்தான் வேண்டும்"

என்ற சின்ன மருதுவின் பேச்சை ஆமோதித்தனர் பெரிய மருதுவும் ராணி வேலு நாச்சியாரும்.

ఞఞ

சிவகங்கை அரண்மனையில்

ராஜராஜேஸ்வரி கோயில்..

உள்ளே நுழைந்தவர்கள் கையில் பூமாலை.

மாலைக்குள் ஆயுதங்கள் மறைவாக இருந்தன.

"குயிலி... சுற்றிலும் கவனம்."

"ஆகட்டும் அரசியாரே"

இருவர் கண்களும் அரண்மனை முழுவதும் அடி முதல் நுனி வரை நோட்டம் விட்டன.

அம்மனுக்கும் தீபத்திற்கும் ஊற்ற எண்ணெய் அண்டாவில் வைக்கப்பட்டு இருந்தது.

சற்று தள்ளி துப்பாக்கி

மற்றும் தோட்டாக்கள் குவித்து வைக்கப்பட்டு இருந்தன.

வழிபாடு உச்ச கட்டத்தை எட்டியது.வீரர்களில் பெரும்பாலரின் துப்பாக்கிகள் பூஜையில் வைக்கப்பட்டு இருக்க..

"இதுதான் சரியான தருணம்.இனி தாமதிக்க கூடாது" என்று முடிவு செய்த நாச்சியார் ஏற்கனவே சொல்லி வைத்து இருந்தது போல்..

மறைத்து வைத்து இருந்த வாளை எடுத்தவாறே...

"வெற்றிவேல் வீரவேல்" என்று முழங்க...ஒரே சமயத்தில் ஏராளமான பெண்கள் திடீரென ஆயுதங்களை எடுத்து தாக்கத் துவங்க, சுதாரித்துக் கொண்ட கும்பெனி அதிகாரி பான்ஜோர் தன் கைத்துப்பாக்கி எடுத்து சுட ஆரம்பிக்க,

ஒரு கணம் நிலைகுலைந்து போன ஆங்கில சிப்பாய்கள் நிலைமையை உணர்ந்து தங்கள் ஆயுதங்களையும் தோட்டாக்களையும் எடுக்க ஆயுத குவியலை நோக்கி நகர, இதை ஏற்கனவே எதிர் பார்த்து இருந்த ஒரு உருவம் எண்ணெயை தன் உடலில் கொட்டிக் கொண்டு, தீயைத் தன் உடலில் வைத்து கொண்டு, "வெற்றி வேல் வீரவேல்"என்று குரல் கொடுத்தவாறே அந்த ஆயுதக் குவியல் மீது பாய.. துப்பாக்கி தோட்டாக்களும் வெடி மருந்துகளும் வெடித்துச் சிதற... போதிய

ஆயுதங்கள் இல்லாமலும் எதிர் பாராத தாக்குதலாலும் நிலை குலைந்தது கும்பெனி படை.

பிரிட்டிஷ் அதிகாரி பான்ஜோர் சுட்டுக் கொல்லப்பட, சிவகங்கை அரண்மனை வேலு நாச்சியார் வசம் வந்தது.

அந்த வெடித்து சிதறிய ஆயுதங்களால் தானும் சிதறி வெற்றியைத் தேடித் தந்த குயிலி

"வீரக் குயிலி"என்றே வரலாற்றில் குறிப்பிடப்படுகிறார்.

உலகின் முதல் தற்கொலை படைத் தாக்குதல் என்பதும் அதுவும் ஒரு பெண் என்பதும் அந்த போரைத் தலைமை தாங்கி நடத்தியதும் ஒரு பெண் தான் என்பதும் நம் மண்ணின் சுதந்திர தாகத்தை நமக்கு உணர்த்துகிறது.

பின் குறிப்பு:

இது நான் படித்த கேட்ட தகவல்கள் அடிப்படையில் சற்றே கற்பனை கலந்து எழுதிய கதை.

ஏதேனும் பிழை இருப்பின் அது அறியாமல் ஏற்பட்டதே.

நிற்காதே! தயங்காதே!

"எழுந்து நில்லுங்க"

"முடியலையே டாக்டர்" என்றார் பத்மநாபன்.

"முயற்சி பண்ணுங்க. ஆபரேஷன் முடிஞ்சு 10 நாள் ஆச்சு. இப்ப முயற்சி பண்ணி நிக்கலைன்னா, ரொம்ப கஷ்டம்".

இரண்டு பேர் கைத்தாங்கலாக தூக்கி நிறுத்த, அவர்கள் தோளில் இருந்து கையை எடுத்து, சொந்த காலில் நிற்க முயற்சி செய்ய...

"சுரீர்" என்ற வலி உயிர் போகும் படி இருக்க, தன்னையும் அறியாமல் சரிய, உடன் இருந்தவர்கள்

தாங்கிக் கட்டிலில் படுக்க வைக்க...

"நீங்க என்னை ரூமுக்கு வந்து பாருங்க" என்று அருகில் இருந்த இளைஞன் இடம் கூறி விட்டு டாக்டர் வெளியேற, அந்த இளைஞன் கட்டில் அருகே வந்தான்.

"கொஞ்சம் சிரமம் பாக்காம, முயற்சி பண்ணுப்பா. ரொம்ப வலிக்குதா?"

"ரமேஷ். தோள்ள துப்பாக்கி மட்டும் இல்லாம, எத்தனை வெயிட் தூக்கிட்டு இமயமலை எல்லாம் ஏறுன இந்த கால், இன்னிக்கு வெறும் தரையில் கூட நிக்க முடியாம, ... முடியலைப்பா... எத்தனை மார்ச் ஃபாஸ்ட் பண்ணுன இந்த கால் இப்ப ஒரு அடி எடுத்து வைக்க முடியாம, என்னோட விதி சக்கர நாற்காலி தான் காலகாலத்துக்கும்னு இருந்தா எது என்ன பண்ண முடியும்?.."

"நம்பிக்கையோட முயற்சி பண்ணுப்பா.

உன்னால நிச்சயம் முடியும்.நான் போய் டாக்டரை பார்த்துவிட்டு வந்துடறேன்"..

ജ

"சொல்லுங்க டாக்டர்"

"ரமேஷ்.. உங்க அப்பா நடக்கணும்ம்னா எழுந்து நிக்கணும் முதல்ல...வலி தாங்க முடியாத அளவுக்கு இருக்குதுன்னு முடியாம விட்டா அப்புறம் எப்பவும் நடக்க முடியாது..

எனக்கு அவரோட வலி, வேதனை புரியுது..பட், இது தான் உண்மை.நாங்களும் பல விதத்தில் முயற்சி பண்ணி பார்த்தாச்சு...பிஸியோதெரப்பிஸ்ட் கூட கை விட்டுட்டாங்க.

ஈவ்னிங் நான் வர்றேன் ரூமுக்கு.லாஸ்ட் ட்ரை... முடியலைன்னா டிஸ்சார்ஜ் ஆயிடுங்க..நோ அதர் வே."

"ஸார்..மிலிட்டரியில காடு, மலைன்னு சுத்துன கால் ஸார்.

இன்னிக்கு நிக்கக் கூட முடியாம.."

பேச பேச ரமேஷின் கண்களில் நீர் வழிந்தது.

"அதனால்தான் ஓவர் ஒர்க் பண்ணி மூட்டு எல்லாம் தேஞ்சி...விழுந்ததுல நுணுங்கி..

வீ வில் ட்ரை ரமேஷ்"

ജ

"அப்பா..தோளை பிடிச்சுக்குங்க"

ரமேஷும் பிஸியோதெரப்பிஸ்டும் தோளில் தாங்கலாக இருக்க,

மெல்ல எழுந்தார்.

"ஸார்.. உங்களால முடியும்.கொஞ்சம் வலிச்சாலும் தாங்கிட்டு நிக்க முயற்சி பண்ணுங்க.

கமான்"

டாக்டர் உற்சாகப்படுத்த,

பத்மநாபன் எழுந்து நின்றார்.கால்கள் இரண்டும் நிலத்தை தொட்டன.இருவரும் மெல்ல தங்கள் சப்போர்ட்டை விலக்கிக் கொள்ள,

அவருடைய எடை அவருடைய காலுக்கு வர..."சுரீர்" என்ற வலி உயிரே போய்விடும் போல் இருந்தது.

"எப்படியாவது கஷ்டப்பட்டு வலியை பொறுத்துக் கொண்டு நிற்க வேண்டும்" என்று மனதிற்குள் தனக்கு தானே சொல்லிக் கொண்டார்.

ஓரிரு வினாடிகள் கூட கடந்து இருக்காது."சுரீர்" என்ற உயிர் வலி தொடர..வலி பொறுக்க முடியாமல் பத்மநாபன் மெல்ல சரிய...ரமேஷும் பிஸியோதெரபிஸ்டும் கீழே விழாமல் பிடிக்க முயல...

ரமேஷின் மொபைலில் இருந்து "சாரே ஜஹாங்கி அச்சா..

ஹிந்துஸ்தானி மேரா ஹமாரா"என்று ரிங் டோன் வர... பத்மநாபன் காதில் அது ஒலிக்க,

அவரையும் அறியாமல் அவர் கால்கள் நிமிர்ந்து நிற்க, கைகள் சல்யூட் பொசிஷன் போக...

பாட்டு தொடர...

பத்மநாபன் சிந்தையில் தேசம் மட்டுமே முழுமையாக வியாபித்து கொண்டு நிற்க...

வலி வழி விட்டு விலகியது..

"யெஸ்..யூ டிட் இட்.."

என்றார் டாக்டர்.

"அப்பா.. நீங்கள் தேசத்தைக் காத்தீர்கள்.. தேசம் நம்மை..." என்ற ரமேஷின் குரல் காற்றில் கரைய... அதில் உப்பு கலந்து இருந்து.

விடுதலை-- என் பெயர்..

1931 ம் ஆண்டு.

அலகாபாத் நகரில் உள்ள ஆல்பிரட் பூங்காவில் ஆண் பெண் இருபாலரும் நீண்ட வரிசையில் நின்று கொண்டு இருந்தார்கள்.. சிலரின் கையில் பால் டம்ளர்.முகத்தில் ஒரு துயரம் படர்ந்து இருந்தது தெரிந்தது.பூங்காவின் மையத்தில் இருந்த ஒரு பெரிய மரத்திற்கு அடியில் டம்ளரில் இருந்த பாலை ஊற்றி மரத்தை கண்ணை மூடி கும்பிட்டார்கள். கண்களில் அவர்களையும் அறியாமல் லேசாக கண்ணீர் வெளி வந்தது.

திடீரென நின்று கொண்டு இருந்த மக்கள் மத்தியில் பரபரப்பு..காக்கி அரை நிஜார்

அணிந்த காவலர்கள் சிலர்

அதிகாரி ஒருவர் உடன் அங்கு வந்தார்கள்.

"எல்லோரும் உடனடியாக இடத்தை விட்டு அகலுங்கள்.. இன்னமும் சில நிமிடங்களில் இந்த மரத்தை

வெட்டி அகற்றப் போகிறோம்".

அதிகாரியின் வார்த்தைகளை கேட்ட மக்கள் அதிர்ச்சியில் உறைந்து போனார்கள்.

காவலர்கள் கையில் இருந்த லத்தியும் அதிகாரியின் பெல்ட்டில் இருந்த துப்பாக்கியும், "ஏன்?" என்று கேட்க நினைத்த ஒரு சிலரின் கேள்வியைக் கூட தொண்டைக்குள்ளேயே சமாதி ஆக்கியது.

நான்கு பேர் கோடாரி எடுத்து மரத்தை வெட்ட ஆரம்பித்தார்கள்.

மக்கள் வரிசையில் நின்று இருந்த ஒரு சிறுமி அம்மாவிடம் மெல்லக் கேட்டாள்:

"ஏம்மா.. அந்த மரத்தை கும்பிடறோம்..அதை ஏன் வெட்டறாங்க?".

"அந்த மரம் தான் அண்ணனை கொஞ்ச நேரம் பிரிட்டிஷ் காரர்கள் துப்பாக்கி குண்டுகள்ல இருந்து காப்பாத்திச்சு. அதனால நாம கும்பிடறோம்.. நாம கும்பிடறதால பிரிட்டிஷ் காரங்க மரத்தை வெட்டறாங்க".

"அந்த அண்ணன் பேர் என்னம்மா?"

"ஆஸாத்"

மெல்ல மெல்ல அந்த மெல்லிய எதிர்ப்பு குரல் மக்கள் மத்தியில் இருந்து வீரியம் கொண்டு எழுந்து கொண்டு இருந்தது.

ஜ

1925 ம் ஆண்டு.

அந்த அறையில் 10, 12 இளைஞர்கள் குழுமி இருந்தார்கள்.தீபத்தின் ஒளியில் அறை அரைகுறை வெளிச்சத்தில் இருந்தது.

"யார் அந்த புது இளைஞன்? எதற்காக அழைத்து வந்தாய்?" மெல்லிய கோபம் இருந்தது பேசிய ராம்பிரஸாத் பிஸ்மல் குரலில்.

"ராம்.. நம்பிக்கைக்கு உரிய நபர்தான்..உயிரே போனாலும் விஷயம் வெளியே போகாது.இவனை நீண்ட காலமாக நான் அறிவேன்."

"மிகவும் இளைஞனாக இருக்கிறானே?.. உள்ள உறுதி இருக்குமா?"

அந்த சிறுவனுக்கும் இளைஞனுக்கும் இடைப்பட்ட வயதில் இருந்த இளைஞன் அமைதியாக நடந்து தீபத்தின் அருகில் சென்றான்.

"இந்த உடலில் உயிர் உள்ளவரை தேச விடுதலைக்கு போரிடுவேன்.

கூடு விட்டு ஆவி போனாலும் ரகசியம் போகாமல் காப்பேன்.இது சத்தியம்.

வந்தே மாதரம்"என்று கூறியபடி எரிந்து கொண்டிருந்த தீபத்தில் தன் உள்ளங்கையை நீட்டி நிற்க..

"தம்பி..கையை எடு.. உன்னை நம்புகிறோம்" என்று ராம் பிரசாத் பிஸ்மல் கூறிய பிறகே கையை நகர்த்தினான் அந்த இளைஞன்.

"உன் பெயர் என்ன?"

"ஆசாத்-- சந்திரசேகர ஆசாத்"

ராம்பிரசாத் பிஸ்மல் தொடர்ந்து பேசினான்.

"நம் அமைப்பு தொடர்ந்து நடைபெற பணம் தேவைப்படுகிறது.அதை எளிதாக பெற ஒரு திட்டம்

இருக்கிறது.ஷாஜகான்பூரில் இருந்து லக்னௌ வரை ஓடும் ரயிலில் அரசு கருவூலத்திற்கு ஒவ்வொரு ஸ்டேஷனில் இருந்தும் பணம் செல்கிறது.ரயில்வே கார்டு தவிர வேறு பெரிதாக காவல் பாதுகாப்பு எதுவும் கிடையாது.வழியில் ரயிலை நிறுத்தி எளிதாக கொள்ளையடித்து தப்பி விடலாம்."

ரயில் எந்த எந்த ஸ்டேஷனில் நிற்கிறது... எந்த இடத்தில் ரயிலை அபாயச் சங்கிலி இழுத்து நிறுத்த வேண்டும்.

யார் யார் துப்பாக்கியை கையாள்வது?.. முடிந்த அளவு

துப்பாக்கி வெடிக்காமலேயே

எப்படி பணத்தை எடுப்பது?. பணத்தை எடுத்த பிறகு யார் யார் எப்படி தப்புவது என்பது குறித்து எல்லாம் விரிவாக பேசினார்கள்.

"கொள்ளை அடிப்பதை விடவும் பன்மடங்கு கவனம் செலுத்த வேண்டிய இடம்-- காவல்துறை இடம் சிக்கிக் கொள்ளாமல் நாம் தப்பித்து இருப்பதும், இயக்கப் பணியை தொடர்ந்து நடத்துவதும் தான்.அதற்கு தான் நாம் கூடுதலாக திட்டம் இட வேண்டும்."

"சபாஷ் ஆஸாத். மூர்த்தி சிறிது என்றாலும் கீர்த்தி பெரிது என்று சொல்வது போல் வயதில் இளைஞனாக இருந்தாலும் நீ சொல்வது மிகவும் முக்கியமானது.கொள்ளை அடிப்பதும் அதைத் தொடர்ந்து நாம் அனைவரும் தலைமறைவாக இருப்பதும் மிகவும் முக்கியம்."

அதைத் தொடர்ந்து மீண்டும் சிலமுறை இந்திய குடியரசு அமைப்பினர் (Hindustan republic association-- HRA) கூடினார்கள்.

1925 ம் ஆண்டு ஆகஸ்ட் மாதம் 9 ம் நாள் ரயில்

ஷாஜகான்பூரில் இருந்து லக்னௌ நோக்கி விரைந்து கொண்டிருந்தது..

அதிக நடமாட்டம் இல்லாத காகோரி என்னும் சிற்றூருக்கு சற்று முன்னதாக அபாயச் சங்கிலி இழுக்கப்பட்டு ரயில்

நிறுத்தப்பட்டது.HRA இயக்கத்தை சேர்ந்த 10 பேர் களத்தில் இறங்கி கார்டை துப்பாக்கி முனையில் மிரட்டி பணத்தை கொள்ளையடித்து கொண்டு திட்டம் இட்டபடி தப்பினர்.

இந்திய விடுதலை சரித்திரத்தில் காகோரி ரயில் வழக்கு-- சதி வழக்கு என்று புகழ் பெற்ற நிகழ்வு இது.

இதையடுத்து தலைமறைவாக இருந்த இவர்களில் பலர் கைது செய்யப்பட்டு அதில் ராம் பிரசாத் பிஸ்மல், ராஜேந்திர லஹரி, ரோஷன் சிங், அஸபல்லா கான் ஆகிய 4 பேர் தூக்கு தண்டனை பெற்றனர்.இருவர் ஆயுள் தண்டனை பெற இருவர் அப்ரூவராக மாற சிலர் கண்டுபிடிக்க இயலாத குற்றவாளிகள் ஆகவே இருந்தனர்.அதில் முக்கியமான இருவரில் ஒருவர்-- நாம் பார்த்த ஆஸாத்.

மற்றொரு முக்கிய நபர்-- கேசவ் சக்ரவர்த்தி என்று அன்று அறியப்பட்ட, RSS இயக்கத்தின் ஸ்தாபகர் டாக்டர் ஹெட்கோவர் மற்றொருவர்.

ജ80

காகோரி சதி வழக்கைத் தொடர்ந்து காவல்துறையின் கடுமையான நடவடிக்கை காரணமாக ராம்பிரசாத் பிஸ்மல் அவர்களால் ஆரம்பிக்கப்பட்ட HRA அமைப்பு பலவீனம் அடைந்த நிலையில் அந்த அமைப்பு சற்று மாற்றத்துடன் புத்துயிர் பெற்றது-- இந்திய சோசலிச குடியரசு அமைப்பு HRSA என்று--மாவீரன் பகத்சிங் என்று பின்னாளில் இந்தியா முழுவதும் கொண்டாடப்பட்ட

பகத்சிங் என்னும் இளைஞனால்.

அந்த இளைஞனுக்கு நல்ல ஒரு நண்பனாக வழி காட்டியாக விளங்கிய மற்றொரு இளைஞர் தான் ஆசாத்.

1928 ம் ஆண்டு நவம்பர் மாதத்தின் இறுதியில் ஒரு நாள்...

நான்கு பேர் அந்த அறையில் கூடி இருந்தனர்.. இதில் என்ன ஒற்றுமை என்றால் நால்வருமே சாவை சந்திக்க நெஞ்சுரம் மிக்கவர்கள் என்பது தான் அது.

"பஞ்சாப் சிங்கம் லாலா அவர்களை அடித்தே கொன்று விட்டு தற்போது எங்களுக்கும் அவர் மரணத்திற்கும் எந்த சம்பந்தமும் இல்லை என்று ஆங்கிலேயர்கள் சொல்வதைப் பார்த்தால்..

ஜாலியன் வாலாபாக்கைத் தொடர்ந்து எத்தனை எத்தனை அக்கிரமங்கள்?..

இந்திய விடுதலை தலைவர்கள் மீது கை வைத்தால் அவர்கள் மரணத்தை விரைவில் சந்திக்க நேரிடும் என்ற அச்சத்தை அவர்கள் மனதில் விதைக்க வேண்டும்.லாலா ராயின் சாவுக்கு காரணமான ஸ்காட், சாண்டர்ஸன் உயிரை எடுத்தாக வேண்டும்."

"கண்டிப்பாக சிங்.ஆனால்,

இருள் சூழும் வரை ஆந்தை வேட்டை ஆடக் காத்து இருப்பது போல், நாமும் கொன்று விட்டு பிடிபடாமல் தப்பிக்க ஏதுவான காலம் கனியும் வரை காத்திருக்க வேண்டும்."

"காலம் கனிந்து விட்டது ஆஸாத் அவர்களே.. டிசம்பர் மாதத்தில் கொல்ல, தப்பிக்க நல்ல நிகழ்வு ஒன்று வருகிறது."

"சபாஷ் ராஜகுரு.ஒரு உயிரைக் கொல்ல நாம் நம் உயிரை இழந்து விடக் கூடாது.ஏனெனில் நம்மைப் போன்ற புரட்சியாளர்கள் ஒவ்வொரின் வாழ்வும் பல லட்சம் இளைஞர்களை தேச உணர்வு கொள்ள வைக்கும்..

ம்ம்.. இன்னும் சற்று ஜாக்கிரதை ஆக இருந்து இருந்தால் நாம் நம் நண்பர்கள் பலரை தூக்குக் கயிற்றில் சாகாமல் காத்து இருக்கலாம்.. நாம் அந்த அதிகாரியை கொல்வது என்பது நம் திட்டத்தின் ஒரு பகுதி மட்டுமே.. தப்பித்து தலைமறைவாக இருப்பது மறு பகுதி."

"கமாண்டர் சொன்னால் சரி தான்"

"என்ன பகத்?"

"ஆம் ஆஸாத்.. நீங்கள் தான் நம் இயக்கத்தின் கமாண்டர்".

ೠಞ

1928 ம் ஆண்டு டிசம்பர் திங்களில் 17 ம் நாள்.

லாகூர் நகர மாவட்ட காவல் துறை கண்காணிப்பாளர் அலுவலக வளாகம்.

அந்த நால்வரும் ஒவ்வொரு வினாடியையும் மிகவும் எச்சரிக்கையுடன் கடத்திக் கொண்டு இருந்தார்கள்.

மூச்சு சத்தம் கூட வெளியே கேட்டு விடக் கூடாது என்று மிக மெல்லிய ஓசையுடன் மூச்சை விட்டு கொண்டு இருந்தனர்.

அந்த கட்டிடத்தில் இருந்து காக்கி உடுப்பு அணிந்த வெள்ளை அதிகாரி வெளியே வர, சுகதேவ் சமிக்ஞை காட்ட, ராஜகுரு கையில் இருந்த துப்பாக்கியில் இருந்து வெளியே வந்த குண்டு சரியாக அந்த அதிகாரியின் உடலைத் தாக்க, தொடர்ந்து பகத் சிங் துப்பாக்கியில் இருந்து வந்த தோட்டாக்கள் அந்த அதிகாரியை மரணத்திற்கு தள்ள, நால்வரும் திட்டம் இட்டபடி தப்பித்து ஓட, தலைமை காவலர் சனன் சிங் என்பவர் இவர்களை சுட்டுப் பிடிக்க துரத்தி வர, டி.ஏ.வி.கல்லூரி அருகே மறைந்து, இதை எதிர்பார்த்து ஒளிந்து இருந்த ஆஸாத் தன் துப்பாக்கியால் சரமாரியாக சுட, சனன் சிங் சரிய, நால்வரும் பறந்து பிரிந்தனர் பேசியபடியே.

ೞண

1931 ம் ஆண்டு பிப்ரவரி மாதம் 27 ம் நாள்.

நாம் முதல் அத்தியாயத்தில் பார்த்த அதே ஆல்பிரட் பூங்கா..

"சுக்தேவ் ராஜ்..நம் ஜான்ஸியில் பயிற்சி எவ்வாறு நடந்து கொண்டு இருக்கிறது?"

"கமாண்டர். அவை நல்ல முறையில் தொடர்ந்து கொண்டு தான் இருக்கிறது.

ஆச்சார்யா காடு நம் பயிற்சிக்கு உகந்த இடமாக இருக்கிறது.தாங்கள் எப்போது வருவீர்கள், செல்வீர்கள்

என்று தெரியாத ஒன்று தான் சிறு மனக் குறையே தவிர வேறு ஒன்றும் இல்லை".

"என்ன செய்வது?. கண நேரம் ஏமாந்தாலும் ஆங்கிலேய ஏவல் துறையினரால் கைது செய்யப்பட்டு விடும் அபாயம் உள்ளதே.. ஆறு ஆண்டுகளாக தலைமறைவு வாழ்க்கை என்பது தவம் போல.எதிரிகளை விட அபாயகரமான வர்கள் துரோகிகள்.ஏற்கனவே ராம்பிரசாத், பகத் சிங் போன்ற பலரை இழந்து விட்டோம்.மனிதனாக பிறந்தவர்கள் எல்லாம் இறந்து தான் தீர வேண்டும்.

ஆனால், இறப்பதற்கு முன் நம் தேசத்தின் விடுதலையை கண்டு விட வேண்டும் என்பதே என் ஆசை.ஒரு வேளை அதை நான் காண இயலவில்லை என்றால் கூட அவர்களால் கைது செய்யப்பட்டு அடிமையாக ஒரு கணம் கூட இருக்க மாட்டேன்.. அதற்காகவும் தான் இந்த தொடர் ஓட்டம் பல ஆண்டுகளாக..இது சத்தியம்.

ஏனெனில் என் பெயர் ஆஸாத். ஆஸாத் என்றால் விடுதலை".

பேசிக் கொண்டு இருக்கும் போதே பூங்காவில் ஏற்பட்ட சில சப்தங்கள் கேட்டு...

"சுக்தேவ் ராஜ்.நீ இந்த பக்கம் ஓடு.காவல்துறை நுழைந்து விட்டது பூங்காவில்."

"கமாண்டர் நீங்கள்?".

"என்னைக் குறித்து கவலைப்படாதே.நீ தப்பித்து ஜான்சி செல்.நாம் அழியலாம்.ஆனால் ஒரு போதும் நம் கொள்கைகள் அழிந்து விடக் கூடாது.அதைக் காக்க நம் இயக்கம் உயிர்ப்புடன் இருக்க வேண்டும்.ஓடு..ஓடு"

பறந்து வந்த தோட்டா ஒன்று சற்று குறி தவறி தலைக்கு மேலே சென்றது.

திரும்பிப் பார்த்தவாறே சிட்டாக பறக்க, சந்திர சேகர் ஆஸாத் அந்த மரத்தின் பின்னால்... அதற்குள் பறந்து வந்த

தோட்டா ஒன்று காலை பதம் பார்க்க, வேகமாக மரத்தின் பின்னால் மறைந்து கொண்டு காவலர்களை கண்காணிக்க... அலகாபாத் காவல்துறை தலைவர் நாட்- பவர் (Nott- Bower) கண்ணில் பட, ஆஸாத் தின் துப்பாக்கியில் இருந்து பறந்த தோட்டா அவரின் உள்ளங்கையை பதம் பார்க்க,

உடன் வந்த DSP தாக்கூர் விஸ்வேஸ்வரன் துப்பாக்கியால் திருப்பி சுட,

அடுத்தத்து ஆஸாத் துப்பாக்கியில் இருந்து பறந்த குண்டுகளில் ஒன்று அவரின் தாடையைக் கிழிக்க.. ஆஸாத் கையில் இருந்த ரிவால்வர் கேட்ரிஜ்கள் காலியாகி இருந்தன-- ஒரே ஒரு தோட்டா தவிர.

காவலர்கள் துப்பாக்கி உடன் மரத்தை நோக்கி முன்னேறிக் கொண்டு இருக்க, ஆஸாத்தின் குண்டு பட்ட கால்களில் இருந்து வழிந்து கொண்டிருந்தது ரத்தம்.

"இந்த நிலையில் ஓடித் தப்பிக்க இயலாது.அதே சமயம் கையில் உள்ள ஒரு தோட்டாவைக் கொண்டு அவர்களை வெற்றி கொள்ள இயலாது.. எந்த சூழ்நிலையிலும் அவர்கள் கையில் சிக்கி சிறைபட்டு

தூக்கில் தொங்கக் கூடாது.. நான் சுதந்திரமானவன்.. என் பெயர் ஆஸாத்..என் பெயருக்கு ஏற்ப நான் இந்த உடலில் உயிர் இருக்கும் கடைசி நிமிடம் வரை சுதந்திரன் ஆகத் தான் இருப்பேன்"

மனதில் எண்ணங்கள் புயல் வேகத்தில் ஓட...ரிவால்வர் முனை நெற்றிப் பொட்டில் வைத்து..டிரிக்கரை கை சுண்ட, வாய் "வந்தே மாதரம்..பாரத் மாதா கீ ஜே" என்றது.

சில நிமிட அமைதிக்குப் பிறகு காவல்துறை அதிகாரிகள் அருகில் வந்து பார்க்கும் போது சந்திரசேகர ஆஸாத் உயிர் அந்த உடலில் இருந்து விடுதலை பெற்று இருந்தது-- பெயருக்கு ஏற்ப.

பின் குறிப்பு: அலகாபாத்தில் உள்ள அந்த பூங்கா சந்திரசேகர ஆசாத் பெயர் தாங்கி உள்ளது தற்போது.

ஜெய்ஹிந்த்...

இந்த சொல் உருவாக்கியது ஒரு தமிழர் என்பதும் உணர்வுகளை உடலோடும் உயிரோடும் கடத்திச் செல்லும் மந்திரச் சொல்லாய் மாறிப் போனதும் வரலாற்று உண்மை.

வார்த்தை, மொழி எல்லாமே நம் உள்ளத்து உணர்வுகளை கேட்பவர் இடம் கொண்டு செல்ல உதவும் ஒரு கருவி என்றால்... "ஜெய் ஹிந்த்"-- அவ்வகையில் உச்சம் தொட்ட ஒரு வார்த்தை.

மீண்டும் இங்கு

சில உண்மை வரலாற்று சம்பவங்கள் உள்ளடக்கிய கற்பனை கலந்த கதை..

ஐஐ

1966 ஆம் ஆண்டு செப்டம்பர் 19ம் நாள்..

இந்தியாவின் முதல் போர்க்கப்பலான INS எர்ணாகுளத்தை நெருங்கிக் கொண்டிருந்தது.

உள்ளே அமர்ந்து இருந்த அந்த வயதான பெண் கையில் இருந்த அஸ்தி குடுவையை தொட்டு பார்த்து தொட்டு பார்த்து...

கண்கள் பனித்தன..

"என் அன்பு கணவனே! உன்னோடு வாழ்ந்த வாழ்க்கையை இன்று நான் முழுமையான

அர்த்தம் உள்ளதாக ஆக்கப் போகிறேன்...

மரணத் தருவாயில்

கணவன் கையைப் பிடித்து சொன்னது நினைவுக்கு வந்தது:

"லட்சுமி... நம் தாய் மண்ணின் விடுதலையை நான் பார்க்க மாட்டேன் என்று உறுதியாக தெரிகிறது.என்னுடைய ஒரே ஆசை-- என்னுடைய அஸ்தி நான் பால்ய பருவத்தில் ஓடியாடிய கரமனை ஆற்றில்...

சுதந்திரம் பெற்ற பிறகு நீரோடு நீராக கலந்து ஓட வேண்டும்.

என் அஸ்தி நாஞ்சில் வயல்களில் மண்ணோடு மண்ணாக கலக்க வேண்டும்.செய்வாயா?

"ம்" என்று சொன்னதைக் கேட்டதும்... மனம் மகிழ.. அணையப் போகும் விளக்கு பிரகாசிப்பது போல..

கணவனின் முகத்தில்

ஒரு ஒளி தெரிந்தது.

"ஜெய்ஹிந்த்"

குரல் மெல்ல அடங்கியது...

என் இதயத்தில் எப்போதும் இருக்கும் என் உயிரே... இந்த உடலில் உயிர் தங்கி இருக்கக் காரணமே உங்கள் இறுதி ஆசையை நிறைவேற்றவே..

இதோ நீங்கள் உடலால் மறைந்து 32 ஆண்டுகள் ஆகி விட்டன.உலகில் ஏராளமான மாற்றங்கள் நிகழ்ந்து விட்டன.நம் பாரத நாடு நீங்கள் விரும்பியது போல் இன்று சுதந்திர நாடாகி... தன் சுதந்திரக் கொடியை பட்டொளி வீசி பறக்கிறது.

நீங்கள் முதலில் உச்சரித்த "ஜெய்ஹிந்த்" என்ற வார்த்தை இன்று கோடானுகோடி இந்தியர்களின் இதயங்களின் ஓசையாகவே மாறி விட்டது.

கப்பல் முன்னோக்கி விரைந்து கொண்டு இருக்க...

கதையோ பின்னோக்கி..

ജ്ഞ

1914 ம் ஆண்டு...

செப்டம்பர் திங்கள் 22 ம் நாள் இரவு 10 மணி...

அந்த பிரம்மாண்டமான நீர்மூழ்கிக் கப்பல் சென்னையை நெருங்கிக் கொண்டிருந்தது...

"கேப்டன்... அவர் டெஸ்டினேஷன் அரைவ்ட்..."

"குட் யங் பாய்...இது உன்னுடைய தாய் நாடா?" என்றார் அந்த கேப்டன் ஆங்கிலத்தில்..

"ஆமாம்... என்ன தான் இருந்தாலும் சொந்த தேசம் தாக்கப்படும் போது..."

"டோன்ட் ஒர்ரி மை பாய்... நான் உன்னிடம் ஏற்கனவே உறுதி அளித்தது போல் இது பிரிட்டிஷ் அரசுக்கு ஒரு அச்சம் உருவாக்கும் தாக்குதல் தானே தவிர..நகரத்தை நிர்மூலம் ஆக்கும் தாக்குதல் அல்ல.. உயிர் இழப்பு கூடாது

என்பதற்காகவே தான் இரவில் மக்கள் இல்லாத காலத்தில் குண்டு வீச முடிவு செய்து உள்ளோம்.

எங்களுக்கு எதிரி பிரிட்டிஷ் தானே தவிர அப்பாவி இந்திய மக்கள் அல்ல.."

"மிக்க நன்றி கேப்டன்."

"நாம் இப்போது சென்னை கடற்கரையில் இருந்து 3100 கெஜ தூரத்தில் இருக்கிறோம்."

என்றான் அந்த இளம் கப்பல் பொறியாளன்.

சிறிய விதை எப்படி மண்ணில் இருந்து பெரிய விருட்சமாக மாறுகிறதோ அது போல... நீருக்கு அடியில் இருந்து வெளியே வந்த அந்த நீர் மூழ்கிக் கப்பல் பிரம்மாண்டமாக இருந்தது...

அதில் இருந்த பீரங்கிகள் சென்னை கடற்கரையில் இருந்த உயர் நீதிமன்றம்,

செயின்ட் ஜார்ஜ் கோட்டை, பிரிட்டிஷார் நடத்திய பர்மா ஆயில் கம்பெனி டேங்கர்கள் போன்றவற்றில் குண்டு மழை பொழிய...

ஆயில் டேங்கர்கள் தீப்பற்றி எரிய...

நிலைமையை அப்போது தான் அறிந்த பிரிட்டிஷ் அரசு தன்னை சுதாரித்துக் கொள்வதற்குள்...

தன் கடமையை அங்கு முடித்துக் கொண்ட அந்த கப்பல் அங்கு இருந்து நகர்ந்தது.

மறுநாள் நகரெங்கும் ஜெர்மானிய "எம்டன்" கப்பல் சென்னை மீது குண்டு போட்டதே பரபரப்பாக பேசப்பட்டது.

ஜஜ

1933 ம் ஆண்டு.

ஆஸ்திரிய தலைநகர் வியன்னா.

இந்திய சுதந்திர வரலாற்றில் தவிர்க்க இயலாத இரு பெரும் தலைவர்கள் சந்தித்து கொண்டனர்.

"சுபாஷ் சந்திர போஸ்.. சாத்வீக முறையில் பிரிட்டிஷாரை இந்தியாவை விட்டு வெளியே அனுப்ப முடியும் என்று நான் கருதவில்லை.. முதல் உலகப் போரின் போதே பிரிட்டானிய படையில் சேர்ந்து போராடி கைதான பலரை வைத்து இந்தியத் தேசிய தொண்டர் படை (INV) அமைத்து ஜெர்மன் படைகளுக்கு உதவி போரில் வென்றால் அதன் பயனாக இந்திய விடுதலை பெறலாம் என்று எண்ணிய என் திட்டம் ஜெர்மனியின் போர் தோல்வியால் நிறைவேறவில்லை.

ஆனால் அதற்கான சூழல் அப்படியே தான் உள்ளது. ஜெர்மன் - ஜப்பான் உதவியுடன் நீங்கள் அம்முயற்சியை தொடர்ந்தால்... கண்டிப்பாக அது நிறைவேறும்"

"ஜெர்மானிய அரசில் முக்கிய பொறுப்பு வகித்தும் தாய் மண்ணாகிய இந்திய தேசத்தின் விடுதலைக்காக போராடும் உங்களைப் பார்த்தால் என் சுதந்திர வேட்கை கூடுகிறது. நீங்கள் முன்னெடுக்கும் வழி சிறப்பாகவே படுகிறது.

உங்கள் சந்திப்பு கண்டிப்பாக இந்திய சுதந்திர போராட்டத்தில் ஒரு பெரிய மாற்றத்தை உருவாக்கும் என்று நம்புகிறேன்.நன்றி"

"நன்றி சுபாஷ்.. ஜெய் ஹிந்த்"

"என்ன கூறினீர்கள்.. ஜெய் ஹிந்த் என்றா?..

இந்த வார்த்தையை கேட்டதுமே உள்ளத்தின் உள்ளே ஒரு பெரிய அதிர்வே ஏற்படுகிறதே.. லவ்லி"

"இதை எங்கள் INV அங்கத்தினர்கள் ஒருவரை ஒருவர் சந்தித்து பிரியும் போது பரிமாறிக் கொள்வோம்."

"மந்திரம் போல் மனதை ஊடுருவும் அற்புத வார்த்தை..

ஜெய் ஹிந்த்"

சொல்லியவாறே கிளம்பினார் போஸ்.

രജ

கரமனை ஆற்றில் தான் கொண்டு வந்திருந்த அஸ்தியை கரைத்தார் அந்த முதிர்ந்த பெண்...

"செண்பகராமன் மனைவியாகிய லட்சுமி பாய் ஆகிய நான் என் கணவரின் இறுதி ஆசையை நிறைவேற்றிக் கொள்கிறேன்"

வார்த்தைகள் மனதில் புறப்பட்டு...

கண்ணீரில் கலந்து...

செண்பகராமன் உடல் மறைந்து போய் இருக்கலாம்.. ஆனால் அவர் உருவாக்கிய "ஜெய் ஹிந்த்" மூலம் அவர் உணர்வுடன் வாழ்ந்து கொண்டே தான் இருக்கிறார்.

❆

பின் குறிப்பு:

செண்பகராமன் திருவனந்தபுரத்தில் பிறந்தவர்.. தமிழர்.

சுதந்திர போரில் ஈடுபட்டார்..

ஜெர்மன் அரசின் பல முக்கிய பொறுப்பு களில் இருந்து உள்ளார்.

ஜெர்மன் மன்னர் கெய்சர் இவரிடம் மிகுந்த அன்பு கொண்டிருந்தார்.

ஹிட்லர் ஜெர்மன் அதிபர் ஆவதற்கு முன்பே இந்தியா குறித்த ஒரு உரையாடலில் ஹிட்லர் செண்பகராமன் இடம் மன்னிப்பு கேட்கும் நிலை உருவானது என்றும் அதனால் ஹிட்லரின் ஆட்கள் மெதுவாக கொல்லும் நஞ்சு கலந்த உணவை செண்பகராமனுக்கு விருந்தில் தந்ததால் தான் 43 வயதிலேயே அவர் இறக்க நேரிட்டது என்று சில செய்திகள் உள்ளன.

ஏறக்குறைய கணவர் இறந்து 32 ஆண்டுகள் பல்வேறு இன்னல்களுக்கு நடுவே அந்த அஸ்தியை காத்து... இந்தியா கொண்டு வந்து அதை கரமனை ஆற்றில் கரைத்தார் லட்சுமி பாய் என்பது குறிப்பிடத்தக்கது.

❆

மனதுக்குள் மறையாத மாவீரர்கள்!..

1914 ம் ஆண்டு பிப்ரவரி மாதம் 26 ம் நாள்...

இருபது வயது கூட எட்டி இராத அந்த இளைஞன் மனதில் சூறாவளி சுழன்று சுழன்று அடித்துக் கொண்டு இருந்தது.

தேசத்தின் மீதான நேசமும் பெற்ற தந்தையின் மீதான பாசமும் பலப்பரீட்சை நடத்திக் கொண்டு இருந்தது.

தந்தை இறந்து விட்டார்.. ஒரு மகனாக செய்ய வேண்டிய இறுதிச் சடங்கில் பங்கேற்க வேண்டும். அதில் பங்கேற்றால், வேட்டை நாய்களாக சுற்றிக் கொண்டு இருக்கும் பிரிட்டிஷ்

ஆட்சியின் காவல்துறை அதிகாரிகள் இடம் இருந்து தப்புவது இயலாது.சிக்கினால் கண்டிப்பாக தூக்கு தான்.

அவனுக்கு சாவது குறித்து எல்லாம் கவலை கிடையாது.

ஆனால், பாரதத் தாய் தன் சுதந்திர போரில் ஒரு வீரனை இழந்து விடுமே, தன்னால் மேற்கொண்டு தேச விடுதலைக்கு பாடுபட முடியாதே என்ற கவலைதான் உள்ளத்தை அரித்துக் கொண்டு இருந்தது.

பிறப்பை தந்த தந்தைக்கு உரிய கடமையை சரியாக செய்ய வேண்டும் என்ற பாசமே வென்றது..

பாசமும் நேசமுமே பல சமயங்களில் மனிதர்களுக்கு சத்ருவாக அமைகிறது என்பது அந்த இளைஞன் வாழ்விலும் உண்மையானது.

ஏறக்குறைய 15 மாதங்கள் காவல்துறை அதிகாரிகளுக்கு சிக்காத அந்த இளைஞனை, மேற்கு வங்கத்தின் நடியா மாவட்டத்தில் உள்ள ஒரு குக்கிராமமாகிய

பொடகாசாவில், காத்து இருந்த காவலர்கள் கைது செய்தார்கள்.

யார் அந்த இளைஞன்?.. அவன் அப்படி என்ன தான் செய்து இருப்பான்? பார்ப்போம் வாருங்கள்..

ജ

நவம்பர் திங்கள் 1912 ம் ஆண்டின் இறுதியில் ஒரு நாள்...

டேராடூனில் உள்ள வன ஆராய்ச்சி நிறுவனத்தில் (FRI)

பணிபுரியும் தலைமை எழுத்தர் தன் அலுவலக பணிக்கு உதவி செய்யும் ஒரு சிறுவனுக்கும் இளைஞனைக்கும் இடைப்பட்ட நபருடன் அந்த அடர்ந்த காட்டின் ஆள் அரவமற்ற பகுதிக்கு வந்தார்.

"எங்கே எடு"

அந்த சிறுவன் எடுத்துக் கொடுத்தான் பையில் இருந்த பலவற்றில் இருந்து ஒன்றை.சிகரெட் டின்..

"பிகி...அதோ அந்த இடத்தை நோக்கி இதை வீசு.. குறி தவறக் கூடாது.எதற்கும் யாரும் இல்லை என்பதை சுற்றும்முற்றும் பார்த்து உறுதி செய்து விடு.."

பூனை மீசை அரும்பி இருந்த அந்த சிறுவன், நான்கு திசைகளிலும் ஒரு வலம் வந்து பிறகு அந்த சிகரெட் டின்னை எடுத்தான்.

"அதோ சற்று உயரமாக உள்ள அந்த மரத்தின் கிளை தான் உன் இலக்கு"

இளைஞன் குறி தப்பவில்லை.. அந்த டின் மரக்கிளையில் பட்டதும் ஒரு பெரிய வெடி சத்தத்துடன் வெடிக்க, கிளை பிய்த்துக் கொண்டு பறக்க...

அவசரம் அவசரமாக மரக் கிளையில் எரிந்த தீயை அணைத்தார்கள்.

"நாம் செய்த வெடிகுண்டு எதிர்பார்த்ததை விட சிறப்பாகவே வெடித்து உள்ளது.. உன் குறியும் தப்பவில்லை. நீயும் வெடிகுண்டு செய்ய

விரைவில் கற்றுக் கொண்டு விட்டாய்..இதே போல் நீ சரியாக செய்து விட்டால், நம் திட்டம் மிகப்பெரிய வெற்றியை பெறுவது மட்டுமல்ல -- இந்திய தேசத்தில் உள்ள அனைத்து ஆங்கிலேய அதிகாரிகளுக்கும் அச்சம் கூட்டுவதாக அமையும்..இனி நீண்ட காலம் நம்மை ஆள முடியாது என்பதை உணர வைக்கும்..

சரி பிகி.. நாம் நாளை மாலை கிளம்ப வேண்டும்.நான் ஏற்கனவே உனக்கு விடுமுறை தந்து விட்டேன்.நானும் சில நாட்கள் விடுமுறை வாங்கி கொண்டேன்.. முதலில் நீ கிளம்பி விடு..அரை மணி நேரம் கழித்து நான் உன்னுடன் இணைந்து கொள்கிறேன்.நம் ஜெகன்தர் நண்பர்கள் டில்லியில் நமக்காக காத்து இருப்பார்கள்".

"சரி அண்ணா" என்றான் அந்த இளைஞன் அந்த தலைமை எழுத்தர் இடம்.

திட்டங்கள் தீட்டுவதில் வல்லுநரும் வெடி குண்டு தயாரிப்பில் நிபுணருமான

அந்த தலைமை எழுத்தர் இந்திய சுதந்திர வரலாற்றில் ஒரு மிகப்பெரிய அத்தியாயத்தின் ஆரம்பகர்த்தா என்பது பின்னாளில் உலகம் அறிந்தது..

யார் அந்த தலைமை எழுத்தர்?.. கொஞ்சம் காத்திருப்போம்.

ജ്ഞ

டிசம்பர் 23 ம் நாள், 1912 ம் ஆண்டு..

டில்லி விழாக் கோலம் பூண்டிருந்தது.

அது நாள் வரை பாரதத்தின் தலைநகரமாக இருந்த கல்கத்தாவை மாற்றி டெல்லியை தலைநகராக அறிவித்ததைத் தொடர்ந்து, புதிய தலைநகருக்கு அன்றைய வைஸ்ராய் லார்டு சார்லஸ் ஹார்டிங் தன் மனைவி உடன் யானை மீது அமர்ந்து நகர வலமாக அலுவலகம் செல்வதைத் தொடர்ந்து நகரமே விழாக்கோலம் பூண்டு...

தெருக்கள் சாணம் இட்டு கழுவி சுத்தம் செய்து, ஆங்காங்கே மாவிலை தோரணம் கட்டி, இசை முழங்க, வாயில்களை பூக்கள் அலங்கரிக்க...

டெல்லி புறநகர் பகுதியான சாந்தினி செளக்கில் அமைந்திருந்த பஞ்சாப் நேஷனல் வங்கியின் டெரஸில் பெண்கள் பலர் பூக்களை வைத்துக் கொண்டு யானை மீதேறி வரும் வைஸ்ராய் மற்றும் அவர் மனைவி மீது பூக்களை வீசக் காத்திருக்க, ஒரு பைஜாமா அணிந்த இளம் பெண் கையில் ஒரு பையுடன்... அந்த பையில் பூக்கள் எட்டிப் பார்த்துக் கொண்டு இருந்தன.

"சொன்னதை நன்றாக நினைவில் வைத்திரு.எக்காரணம் கொண்டும் பதட்டம் மட்டும் கூடாது.நம் காரியம் வெற்றிகரமாக நடந்தாலும் சரி நடக்காவிட்டாலும் சரி,

சொன்னபடி நீ நடந்து கொள்.

வேறு எதையும் நீ கவனத்தில் கொள்ளாதே..சரியா?"

கீழே அண்ணன் சொன்னது காதில் ஒலித்தது.சற்று கூர்ந்து கவனித்தால் நாம் கண்டு பிடித்து விடலாம் -- அந்த

பைஜாமா அணிந்த இளம் பெண் அரும்பு மீசையை மழித்து மேக் அப் போட்டு பெண்ணாக மாறி உள்ளது நாம் ஏற்கனவே டேராடூனில் பார்த்த மிகி என்பதை.

கீழே சற்று பார்த்தான்..தலைமை எழுத்தர் அண்ணன் சற்று வித்தியாசமான கெட்டப்பில் நின்று கொண்டு இருந்தார்.

உடன் இருந்த நபரிடம் எதையோ கூறிக்கொண்டு இருந்தார்..

பேண்டு வாத்திய ஓசை அருகில் கேட்க ஆரம்பிக்க,

அந்த பகுதியில் ஒரு பரபரப்பு தானாகவே தொற்றிக் கொண்டது.

அரசு காவலர்கள் யானை வரும் பாதையை ஒழுங்கு படுத்திக் கொண்டு முன்னே வர, அலங்கரிக்கப்பட்ட யானை யின் பின்புறம் உள்ள ஹோடாவில் வைஸ்ராய் லார்டு சார்லஸ் ஹார்டிங் அமர்ந்து இருபுறமும் நின்று கொண்டு இருந்த மக்களைப் பார்த்து கையசைத்தவாறே வர, முன் பகுதியில் பாக்கனும், வைஸ்ராய் மனைவியும் அமர்ந்திருக்க,

யானை ராஜநடை போட்டவாறே நடந்து கொண்டு இருக்க, டெரஸில் அமர்ந்து இருந்த பெண்கள் பூக்களை தூவ, பைஜாமாவில் இருந்த" பிகி" யும் அந்த பையில் பூக்களுக்கு அடியில் இருந்த சிகரெட் டின்னை எடுத்து....யானையை நோக்கி வீச...,

தலைமை எழுத்தர் ஏற்கனவே தன் அருகில் நின்று பேசிக் கொண்டு இருந்த, தற்போது சற்று எதிர் திசையில் தள்ளி நின்று கொண்டு இருந்த நபரிடம்

சமிக்ஞை காட்ட, அந்த நபர் தன் வசம் இருந்த மறைத்து வைத்திருந்த வெடிகுண்டை எடுத்து யானையை நோக்கி வீச...,

யாரும் எதிர்பாராத ஒரு கணத்தில் திடீரென ஹோடாவில் அமர்ந்து இருந்த வைஸ்ராய் பின்புறம் வெடிகுண்டு பலத்த சத்தத்துடன் வெடித்து சிதற,

வைஸ்ராயிற்கு குடை பிடித்து கொண்டு இருந்த ஊழியன் பலத்த காயத்துடன் யானையில் இருந்து தூக்கி வீசப்பட, புகை மண்டலம் கிளம்ப, கூச்சல் குழப்பம் ஏற்பட, ஏற்கனவே தலைமை எழுத்தர் தந்த திட்டப்படி பிகி விரைந்து சென்று அருகில் இருந்த மறைவான பகுதியில் பைஜாமா கழற்றி எறிந்துவிட்டு பையில் இருந்த ஆண் உடையை மாற்றி கொண்டு கூட்டத்தில் இருந்து வெளியே போக...

தலைமை எழுத்தர் மற்றும் அந்த வெடிகுண்டு வீசிய அந்த நபரும் அங்கு இருந்து அகன்று இருந்தார்கள்.

வைஸ்ராய் மனைவியும் அரசு காவல்துறை அதிகாரிகளும் சில நிமிடங்களில் சுதாரித்துக் கொண்டு, அவசரம் அவசரமாக வைஸ்ராயை நெருங்கி பார்க்க, வெடியினால் அவருடைய தோள் பட்டை, தாடை மற்றும் சில பகுதிகள் பிய்ந்து இருக்க, உயிருக்கு ஆபத்து இல்லை என்பதாகவே இருக்க, மருத்துவமனைக்கு கொண்டு செல்லப்பட்டார் வைஸ்ராய் லார்டு சார்லஸ் ஹார்டிங்...

ஊஊ

இந்த வெடிகுண்டு சம்பவம் இந்தியாவை மட்டுமின்றி பிரிட்டிஷ் அரசையே உலுக்கியது.

தங்கள் இந்திய தேசத்தின் தலைமை பிரதிநிதி புதிய தலைநகரில் நுழையும் போதே, வெடிகுண்டு வைத்து தாக்கப்படுகிறார் என்பது தங்களுக்கு ஏற்பட்ட அவமானமாக கருதியது.

எப்படியும் இந்த சதி செய்த நபர்களை கண்டு பிடித்து தூக்கில் தொங்க விடாமல் ஓயப்போவதில்லை என்று குணமடைந்து வந்த வைஸ்ராயும் சரி, பிரிட்டிஷ் காவல்துறையும் நினைத்தது.

சதிகாரர்கள் குறித்து தகவல் தெரிவிப்பவர்களுக்கு அப்போதே 5000 ரூபாய் வெகுமதியாக தரப்படும் என்றும் அறிவிக்கப்பட்டது.

பல பிரிவு படைகள் அமைக்கப்பட்டன...

சதிகாரர்களை பிடிக்காமல் படைப் பிரிவுகளை கலைப்பது இல்லை என்ற வைராக்கியத்துடன் காவல்துறை தேட ஆரம்பித்தது.

ജ

1912 ம் ஆண்டு டிசம்பர் மாதத்தின் இறுதியில் ஒரு நாள்..

வைஸ்ராய் மீதான

தாக்குதலுக்கு சில தினங்களுக்கு பிறகு...

டேராடூனில் உள்ள பல அரசு நிறுவனங்கள், பொது அமைப்புகள் சேர்ந்து ஒரு மிகப்பெரிய வைஸ்ராய் மீதான தாக்குதலைக் கண்டித்து ஒரு மிகப்பெரிய கூட்டம் நடைபெற்றது.

அரசின் பல முக்கிய பொறுப்புகளில் இருந்த அதிகாரிகள், ஊர் பெரிய மனிதர்கள் கலந்து கொண்டு

அந்த தாக்குதலைக் கண்டித்து பேசினர்.

அக் கூட்டம் நடைபெற முன்னால் இருந்து ஏற்பாடு செய்ததிலும், தாக்குதலைக் கண்டித்து முத்தாய்ப்பாக பேசியதிலும் அந்த நபருக்கு முக்கிய இடம் உண்டு...

அந்த நபர் தான் நாம் ஏற்கனவே பார்த்த வன ஆராய்ச்சி நிறுவன தலைமை எழுத்தர்.

யார் இந்த தலைமை எழுத்தர்?...

வங்கத்தில் பிறந்தவரும்,

பல்வேறு திறமைகளை தன்னகத்தே கொண்டவரும், வங்காளம், பஞ்சாப் போன்ற பகுதிகளில் புரட்சி இயக்கம் வளர துணை நின்றவரும்,

காதர் கலகம் (Ghadar mutiny) காரணகர்த்தாவும், அவை எல்லாவற்றையும் விட மேலாக, இந்திய தேசிய படையை அமைத்த நிறுவனரில் ஒருவரும் பின்னாளில் அப்படையை நேதாஜி சுபாஷ் சந்திர போஸ் வசம் ஒப்படைத்து ஆலோசகராக இருந்த

"ராஷ் பிஹாரி போஸ்"

ஆவார்.

"பிகி" என்று ராஷ் பிஹாரி போஸால் அழைக்கப்பட்டு, வெடிகுண்டு பயிற்சி அளிக்கப்பட்டு, பெண் வேடம் தரித்து வெடி குண்டு வீசிய நபர் தான் நாம் முதல் அத்தியாயத்தில் தன் தந்தையின் இறுதிச்

சடங்கில் கலந்து கொள்ள வந்து பிடிபட்ட

"பஸந்த் குமார் பிஸ்வாஸ்".

டெல்லியில் ராஷ் பிஹாரி போஸ் திட்டப்படி யானை மீது அமர்ந்து இருந்த வைஸ்ராய் மீது வெடிகுண்டு வீசிய மற்றொரு நபர் அட்வத் பிகாரி..

ఇఆ

பின் குறிப்பு:

1. நீண்ட நாட்களுக்கு பிறகு தான் பிரிட்டிஷ் காவல்துறையால் வைஸ்ராய் மீதான வெடி குண்டு தாக்குதலுக்கு மாஸ்டர் மைண்ட் ராஷ் பிஹாரி போஸ் என்பதை அறிய முடிந்தது. அதை அறிந்து காவல்துறை அவரைக் கைது செய்ய டேராடூன் செல்வதற்கு முன்பே, போஸ் ரகசியமாக தப்பி ஜப்பான் சென்று விட்டார்.

2. இந்த சதி வழக்கில் ஜுகன்தர் அமைப்பைச் சேர்ந்த நால்வருக்கு தூக்கு தண்டனை வழங்கப்பட்டது-- அட்வத் பிகாரி உட்பட.

3. முதலில் பஸந்த் குமார் பிஸ்வாஸுக்கு ஆயுள் தண்டனை தான் வழங்கப்பட்டது. ஆனால் வைஸ்ராய் லார்டு சார்லஸ் ஹார்டிங் மேல் முறையீடு செய்ததைத் தொடர்ந்து பிஸ்வாஸுக்கு தூக்கு தண்டனை வழங்கப்பட்டது.

ఇఆ

நேதாஜி என்னும் மாவீரர்!

1990 களின் இறுதிகளில் ஒரு நாள்...

அந்த பிரபல டிவி நெறியாளர் எதிரில் ஷோபாவில் அமர்ந்து இருந்த அறுபது வயது மதிக்கத்தக்க நபரை பேட்டி எடுத்துக் கொண்டு இருந்தார்..

அவருக்கு பின்னால் இருந்த சுவரில் இந்திய விமானப் படை சீருடையில் பல பதக்கங்களுடன் அவர் நின்று கொண்டு இருந்தார்...

பேட்டி தொடர்ந்து கொண்டு இருந்தது..

"உங்கள் ராணுவப் பணி குறித்து..."

"இப்ப நான் ரொம்ப மனநிறைவோடு தான் ரிடையர் ஆகி இருக்கேன்...16 வயசுல நம்ம நாட்டுக்காக எதையாவது செய்யணுங்கற வெறி... ராணுவத்தில இருந்ததால... நான் பிறந்ததுக்கு நம்ம தேசத்துக்கு என்னால முடிஞ்சதை செஞ்சிட்டேங்கற...திருப்தி இருக்கு..1965, 71 இரண்டு போர்லயும் கலந்து கிட்டேன்.. நம் தேச வெற்றிக்கு ஆத்மார்த்தமா வேலை செஞ்சிட்டேன்...பல பாராட்டுக்கள் மகாவீர் சக்ரா உட்பட விருதுகள் பல வாங்கிட்டேன்... ரியலி ஐ ம் ரிடையரிங் ஹேப்பிலி... செத்தாலும் சந்தோஷமா சாவேன்."

அவர் கண்கள் லேசாக கலங்கின.

"ஒவ்வொருவருக்கும் வாழ்க்கையில உணர்ச்சி ததும்பும் தருணம்னு ஒன்னு இருக்கும்.. நீங்க உங்க வாழ்க்கையில உணர்ச்சிகளால் வயப்பட்ட தருணம்னு எதை சொல்வீங்க?"

"ஒரு நிமிடம்...அதோடயே வர்றேன்.." என்று கூறி விட்டு எழுந்தார்...

ஷோ கேஸில் மகா வீர் சக்ரா விருது முதல் பற்பல விருதுகள் முன்வரிசையில் அணிவகுக்க...

அவர் அதைத் தாண்டி அறைக்குள் நுழைந்து..

பீரோவை திறந்து...

ஊஊ

1944...

ஜப்பான் டோக்கியோ நகர இம்பீரியல் ராணுவ பயிற்சி கூடம்...

டோக்கியோ கேடட்ஸ் என்று அழைக்கப்படும்.. நேதாஜியின் இந்திய தேசிய ராணுவத்தின்

45 வீரர்களில் ஒருவரான ரமேஷீக்கு

சக தோழன் பிஷன்சிங் மரணம் மனதில் ஒரு இனம்புரியாத கஷ்டத்தை உருவாக்கி இருந்தது... பயிற்சியில் இருந்த பிறரும் அது போன்ற ஒரு மனச் சோர்வு உடனே இருந்தனர்...

INA ஐ வான்வெளி தாக்குதலுக்கும் தயாராக வேண்டும் என்று கருதியதால்...

தங்கள் ராணுவத்தில் இருந்த இளைஞர்களில் 45 பேரை பல பரீட்சைகளுக்கு பின் தேர்வு செய்து... அவர்களை வான் வெளி படை பயிற்சி பெற டோக்கியோ அனுப்ப...

அந்த குழு பர்மா காடுகள் வழியாக இடையறாத போர் குண்டு வெடிப்பு இடையே பயணம் செய்து சயாம் மரண ரயில்பாதை கடந்து....படகு... பின்னர் ஒரு பழைய கப்பலில் ஏறி... ஓயாத அலைகளில் பயணம் செய்து... ஜப்பான் அருகே உள்ள கியூசு தீவை அடைந்து... ஜப்பான் கப்பற்படை அவர்களை தங்க வைத்து..

பின்னர் இந்த இம்பீரியல் மிலிட்டரி அகாடமி வந்து...

தினமும் காலை முதல் இரவு வரை பலவிதமான வகுப்புகள்... உடற்பயிற்சி...

குறைந்த உப்பு காரம் அற்ற ஜப்பானிய உணவு உண்டு...

இரவு பூஜ்யம் டிகிரி கடும் குளிர் எதிர் கொண்டு...

அதில் ஒருவரை இழந்து...

"நாம் சுதந்திர இந்தியாவை பார்க்க முடியுமா?..16வயதில் விடுதலை தாகம் கொண்டு...நேதாஜியால் ஈர்க்கப்பட்டு... சொல்லாமல் வீட்டை விட்டு ஓடி வந்து... அவர் அமைத்து இருந்த INA ல் இணைந்து... ஓராண்டு பயிற்சி பெற்று...

டோக்கியோ அழைத்து வந்து வான்வெளி தாக்குதலுக்கு பயிற்சி தரும் 45 பேரில் ஒருவராக தேர்வாகி...

நாம் இறந்தால் யாருக்கேனும் தெரியுமா?.. யாருமற்ற அனாதையாக சாவதுதான் வீரர்கள் விதியா?"

கேள்விகள் வரிசையாக உள்ளத்தில் அணிவகுத்து நிற்க..

குளிர் முதுகுத் தண்டை சில் லிட வைக்க...

கம்பளியை இறுகப் போர்த்தி... அப்படியே உறங்கிப் போனான் ரமேஷ்.

 രുജ

காலை எழும் போதே டோக்கியோ கேடட்ஸீக்கு தேன் வந்து பாய்வது போல் ஒரு நல்ல செய்தி கிடைத்தது...

"நேதாஜி இன்று உங்கள் பயிற்சியை பார்வை இடுவதுடன் இரவு உங்கள் உடன் உணவருந்துவார்" என்பதே அது...

நேதாஜி வருகிறார் என்ற வார்த்தையை கேட்டதுமே உள்ளச் சோர்வு பின்னங்கால் பிடறி பட ஓடி ஒளிந்து கொண்டது.

மற்ற நாட்களை விடவும் அன்று அனைவரும் பயிற்சியை சிறப்பாக செய்தார்கள்...

நேதாஜி ஒவ்வொருவரையும் தனித் தனியாக கூப்பிட்டு பேசி, பயிற்சி குறித்து மாத்திரம் அல்லாமல் குடும்பம் குறித்தும் கேட்டு...போட்டோ எடுத்து...

ஒரு உணர்ச்சிகரமான சிற்றுரை ஆற்றி...

இரவு விருந்தில் பங்கு கொண்டு... அனைவரையும் நன்கு சாப்பிட வலியுறுத்தி...

அன்றைய விருந்தில் வழக்கமான உணவுடன் ஆட்டிறைச்சி, பூரி, வடை அப்பளம், ஊறுகாய் நன்கு காரத்துடன்..

நேதாஜி கேட்டுக் கொண்டதற்கு இணங்க... ஜப்பானியர்கள் செய்து தந்தார்கள்...

இரவு ரமேஷ் படுக்கும் போது முதல் நாள் இருந்த மனச் சோர்வு மாயமாகி இதயம் முழுவதும் நேதாஜியே ஆக்கிரமித்து இருந்தார்.

രുജ

"ரமேஷ்... உனக்கு கடிதம் வந்தது.. உன் அறையில் வைக்கப்பட்டு உள்ளது"

ஜப்பானிய ஊழியர் பயிற்சியில் இருந்த ரமேஷிடம் சொல்ல...

ரமேஷூக்கு ஆச்சரியமாக இருந்தது..

"எனக்கு கடிதமா? அதுவும் இந்த மிலிட்டரி அகாடமி முகவரிக்கு.."

ஆச்சரியமாக இருந்தது.. ஏனெனில் ரமேஷின் வாழ் நாளில் இதுவரை கடிதமே வந்தது இல்லை..16 வயது வரை பெற்றோருடன் தான் வாசம்.அதன் பின் கடந்த இரண்டு ஆண்டுகளாக இந்திய தேசிய ராணுவத்தில்...

நிரந்தரம் இல்லாமல் அலைந்து கொண்டு...

அப்படியே இருந்தாலும்

வீட்டிற்கு முகவரி தெரிய வாய்ப்பில்லை.. அதிலும் இந்த ஜப்பானிய முகவரி..

என்னை நினைவு கொண்டு யார் அனுப்பி இருப்பார்கள்?"

பயிற்சி முடிந்து...

அவசரம் அவசரமாக அறைக்கு சென்று...வந்து இருந்த கடிதத்தை படிக்க படிக்க... ரமேஷின் கண்களில் இருந்து தானாகவே கண்ணீர் வந்தது"

௭௷௮

1990 களின்...தொடர்ச்சி..

டிவி காமெரா ரமேஷை படம் பிடித்துக் கொண்டு இருந்தது..

அவர் அறையில் இருந்து வெளியே வந்தார்... ஷோபாவில் வந்து அமர்ந்தார்...

கையில் இருந்த பழைய பேப்பரை பிரிக்கும் போது பல போர் விமானங்களை இயக்கிய...பல குண்டுகளை போட்ட கை மெதுவாக நடுங்கியது...

246

இதோ... இந்த கடிதம் படித்த கணம் தான் என் உள்ளம் உச்சபட்ச உணர்ச்சிகள் ஆக்கிரமித்த நேரம்...

18 வயது இளைஞனாக..

ஜப்பான் நாட்டின் டோக்கியோ ராணுவ மிலிட்டரி முகாமில் நான் பயிற்சி பெற்ற நேரம்.... தாய் தந்தையர் உற்றார் உறவினர் என்று ஒருவரும் இல்லாத சூழலில்...

"இதோ.. உங்களுக்கு நான் இருக்கிறேன்...

ராணுவ தலைவராக மட்டும் அல்ல... உங்கள் குடும்பத் தலைவனாக.. என்று என்றென்றும் எங்கள் நெஞ்சில் நீங்காத இடம் பெற்ற நேதாஜி சுபாஷ் சந்திர போஸ்..

இந்த சிறுவனுக்கு எழுதிய கடிதம்... பொக்கிஷம்"

பேச பேச...திக்கி திக்கி... உணர்ச்சிகள் ஊர்வலம் போக... மௌனம் பேச...

காமெரா ஓடிக் கொண்டிருந்தது...

ഇ

பின் குறிப்பு:

ரமேஷ் பெனகல் டோக்கியோ கேடட்ஸ் குழுவில் பயிற்சி பெற்று... பின் போர் கைதி ஆகி...1946 ல் விடுதலை பெற்று...

1952 ல் இந்திய ராணுவத்தில் விமானப்படையில் சேர்ந்து கமாண்டராக பணி புரிந்து ஓய்வு பெற்றார்...1965, 1971 ஆகிய பாகிஸ்தான் உடனான இரண்டு போர்களிலும் பங்கு பெற்று திறம்பட செயல்பட்டார்.. அவர் சேவையை பாராட்டி இந்திய அரசு அவருக்கு 1972 ம் ஆண்டு மகா வீர சக்ரா விருது கொடுத்து பாராட்டியது...

ஜெய்ஹிந்த்...